దిగవల్లి తిమ్మరాజు పంతులు జీవిత చరిత్ర

(1794-1856)

రచన

దిగవల్లి వేంకట శివరావు

పరిష్కర్త

దిగవల్లి రామచంద్ర

DIGAVALLI THIMMARAJU PANTULU JEEVITHA CHERITRA

First Edition: AUG 2022

ISBN (Paperback) 978-81-957840-0-4
ISBN (E-Book) 978-81-957840-1-1

Published By

Kasturi Vijayam,
3-50, Main Road,
Dokiparru Village -521322
Krishna Dist., Andhra Pradesh, India.

Author

Digavalli Venkata SivaRao

+91 95150 54998.
Email: kasturivijayam@gmail.com

అంకితం

1923సం. నుండీ ప్రచురితమైన మా నాన్న గారు రచించిన అనేక పుస్తకములను, వ్యాసములను, వారి పరిశోదనా చిత్తు వ్రాతప్రతులనే గాక మా ముత్తాతగారి విలునామా సహితం భద్రపరచి, వర్గీకరించి జాబితాచేసి, తన స్వగృహములోనే ఒక అంతస్తును నాన్నగారి పుస్తకములన్నిటిని నిలువచేయుటకొక గ్రంధాలయమును స్థాపించి జీవితాంతమువరకు నడిపించిన మా అన్నగారు, కీ.శే దిగవల్లి వేంకట రత్నం గారు (1936-2010).

వారి దివ్యస్మృతికి

పరిష్కర్త

(దిగవల్లి రామచంద్ర)

రచయిత పరిచయం

పేరు : దిగవల్లి వేంకట శివరావు

జననం: 1898 ఫిబ్రవరి 14, కాకినాడ. ఆంధ్రప్రదేశ్.

చదువు: బి.ఎ., బి.ఎల్.

రాజమండ్రి వీరేశలింగం హైస్కూలు(1910-1916),మద్రాసు ప్రెసిడెన్సీ కాలేజీ (1916-1920), మద్రాసు లా కాలేజీ ((1920-1922).

వృత్తి: న్యాయవాది, విజయవాడ (1922-1970)

రచనలు: 1928 నుండీ 1992 వరకు సుమారు 60 పుస్తకాలు రచించారు. వాటిలో 45 ప్రచురించబడినవి. వీరి వ్యాసములు సుమారు 300 వివిధ పత్రికలలో 1923 నుండీ 1988 వరకూ ప్రచురితమైనవి.

ప్రత్యేకత: వృత్తిరీత్య న్యాయవాదులైనప్పటికినీ, వీరు చరిత్ర పరిశోధకులుగా గుర్తింపుపొంది యుండిరి. అలనాటి తెలుగు రచయితలలో అగ్రగణ్యులు.1959 లో వీరి ఆఫ్రికా జాతీయోద్యమమను పుస్తకమును భారత రాష్ట్రపతి డా. బాబు రాజేంద్రప్రసాదు గారు ఆవిష్కరించిరి. 1966 లో రాష్ట్ర ప్రభుత్వముచేత సన్మానింపబడిరి. బ్రిటిష్ ఇండియా యుగం 18,19 శతాబ్దాలనాటి చరిత్రలు వీరి ప్రత్యేకత. 1960 దశాబ్దములో రాష్ట్ర ప్రభుత్వం ప్రచురించిన తెలుగు పరిభాష (గ్లాసరీ) నిఘంటువు సంకలన సభ్యులు. వీరి రచనలు, వ్యాసములు అనేక చరిత్ర పరిశోధకులు పి.హెచ్.డి పొందుటకు తోడ్పడుచున్నవి. ఏనుగుల వీరస్వామయ్య గారి కాశీయాత్ర చరిత్ర వీరి పరిశోదనా పటిమకు నిదర్శనం

మరణం: 1992, అక్టోబరు 3. భోపాల్, మధ్య ప్రదేశ్

విజ్ఞాపన

మా నాన్నగారు కీ. శే. దిగవల్లి వేంకట శివరావు గారు (1898-1992) వృత్తిరీత్యా న్యాయవాది గా 40 ఏండ్లు మాత్రమే పనిచేసినప్పటికీ చరిత్ర పరిశోధకులుగా జీవితాంతమూ కృషిచేసి బ్రిటిషు ఇండియా కాలంనాటి అనేక విశేషములు వెలికితెచ్చి వారి రచనల ద్వారా 1928సం. నుండీ 1985 సం. వరకూ ప్రచురించారు. చరిత్ర పరిశోధకులు, రచయితయైన మా తండ్రిగారు వారి పితామహుడు తిమ్మరాజుపంతులు (1794-1856) గారు బ్రిటిష్ ఈస్టు ఇండియా కంపెనీ పరిపాలనాకాలంలో ఉద్యోగరీత్యా నిర్వహించిన బాధ్యతలు, కార్యనిర్వాహణ రిపోర్టులు, నివేదికలు అధికారికముగా ప్రచురితమైనవినూ, తమ తండ్రి (వెంకటరత్న 1850-1908) గారి డైరీలునూ, 1856సం.లో వ్రాయబడిన విలునామాతో సహా సేకరించి వారి పితామహుని జీవిత చరిత్ర రచించారు. ఈ జీవిత చరిత్రలో కేవలము వ్యక్తిగత విశేషములే కాక ఆనాటి అనేక చారిత్రక విశేషములు సమకూర్చారు(ఆనాటి బ్రిటిషు ఈస్టుఇండియా కంపెనీ ప్రభుత్వపు పరిపాలనా యంత్రాంగము, ఉత్తర సర్కారులు, రాజమండ్రీ, మచిలీ పట్నం జిల్లాల లో రివిన్యూశాఖ విశేషాలు, దేశీయ ఉద్యోగుల స్దితి గతులు, తాలూకాల విభజన, శిస్తు అమరక పద్దతి, వ్యవస్ద, గోదావరి ఆనకట్ట, పిఠాపురం, నూజివీడు జమీందారీలు మున్నగు విశేషములు కూడా కలవు).

1970-75 మధ్యకాలంలో రచించిన ఈ జీవిత చరిత్ర చిత్తు ప్రతికి 1978సం. లో కీ.శే. డా గూడూరి నమఃశివాయ గారు శుద్ధ ప్రతి చేశారు. కానీ తదుపరిగా అందులో నాన్నగారు అనేక సవరణలు చేశారు. తమ వృధ్యాప్యంలో చేసిన ఈ సవరణల చేతి వ్రాత చాల క్లిష్టము గానున్నది. దానికి తోడుగా కొన్ని ఉర్దూ, పారశీక మాటలు తెలుగునుడి కారముతోనే గాక, అలనాటి 19వ శతాబ్ధపు అనేక నదులు, గ్రామాలు, పరగణాలు, దేశీయ, ఆంగ్లేయ వ్యక్తుల నామవాచకపు పదాలు, వ్యవహారిక, భౌగోళిక, సామాజిక, మాటలు తెలియలేదు. అట్టి మాటలు ఊహించగలిగినవి, మిత్రుల సహాయంతో తేల్చి నిర్ధారించగలిగినవి కాక ఇంకా కొన్ని మాటలు ఊహిచలేనివి, నిర్ధారించలేనివి బ్రాకెట్లలో పెట్టడమైనది. అలాకూడా సాధ్యముకానివి ఖాళీలు వదిలి పెట్టవలసివచ్చినది. ఈ జీవిత చరిత్రను నేను ప్రచురించగలిగానంటే నా మిత్రులు నిర్విరామంగా అందజేసిన సహకారం వలననే. అందుకు వారికి నా కృతజ్ఞతలు.

అట్టి మిత్రులలో ముఖ్యంగా హైదరాబాదు నుండి పప్పు రామచంద్రరావు, ముంబాయినుండి చీర్ల చంద్రశేఖర్, బెంగుళూరు నుండి డా. సహబుద్దీన్ హుసేనీ . వీరికి పేరుపేరునా నా కృతజ్ఞతలు.

శ్రీ జి. ఆర్. కే. మూర్తి గారు రచయితగాను, సంపాదకుని గాను నిర్వారాముడైననూ తనకుగల అమూల్య అనుభవంతో ఈ పుస్తక ప్రచురణకు చాలా విలువైన సహాయం చేశారు. కంప్యూటరు సాంకేతిక పరిజ్ఞానం ఉపయోగించి మా వంశవృక్షం తయారుచేయించి ఇచ్చారు, పుస్తకం అట్టమీద డిజైన్ కు వంశ వృక్షానికి అనేక పర్యాయాలు సవరణలు చేయవలసివచ్చినా కూడా ఓపికతో చేయించి ఇచ్చారు. పి.డి.యఫ్ గా నున్న విలునామా ప్రతిని వర్డు ఫార్మేట్ గా చేసి పెట్టారు. ఈ పుస్తక ప్రచురణలో వారి సలహా సంప్రతింపులు నాకు చాల ఉపయోగించినవి. వీరికి నా వినమ్ర కృజ్ఞతలు.

అన్నిటికన్నాముందుమాటగా నేను చెప్పవలసినదేమంటే, సాహిత్యములోగానీ, చరిత్రలోగానీ ఏమాత్రమూ ప్రవేశములేని వాడనైన నేను (Foreword and Preface, Printing and Publishing అనే మాటలకు వ్యత్యాసము కూడా తెలియని వాడిని) ఈ పుస్తక ప్రచురణ చేయుటకు ముందుకు రావటం, చేయగలగటం ఎలా సంభవించినదంటే; 2013 సంవత్సరంలో అప్పటివరకు అపరచితుడు, ఎక్కడో లండనులో వుండే ఇంజనీరు చుట్టపుచూపుగా ఇండియా వచ్చిన శ్రీ పరుచూరి శ్రీనివాస్ గారు అముద్రితంగానున్న మా నాన్నగారి కథలు-గాథలు ఇంకో రెండు భాగములు ప్రచురిస్తాననడం వారి సాహిత్య విలువలు, పరిజ్ఞానం, పుస్తకలోకంలో వారికి గల విశిష్ట పరిచయం, పలుకుబడి తెలియచేయటమేగాక, ఆ ప్రచురుణ చేయాల్సిన బాధ్యత నాకు వున్నది అనే జ్ఞానోదయం కూడా కలుగజేసింది. ఆ ప్రేరేపణతోనే నాన్నగారి కథలు గాథలు 5 ,6 భాగములు మరి కొన్ని మరుగున పడిన వారి వ్యాసములు(2019సం లో) ప్రచురించగలిగాను. ఈ పుస్తకానికి కూడా వీరు తమ ఇండియా పర్యటనలో వ్రాతప్రతి సమీక్షతో ప్రారంబించి ప్రచురించే వరకు ప్రోత్సాహ పరుస్తూ మార్గదర్శనంచేశారు. పిఠాపురం రాజాగారి ఛాయా చిత్రం (ఆంధ్ర పత్రిక 1914 సంవత్సరాది సంచికనుండి) సంపాదించి ఇచ్చారు. ఈ పుస్తకంలో వాడిన అనేక మాటలకు పారిభాషిక జాబితాను జతచేయమని సూచించి సమీక్షించారు. వీరికి నా ప్రత్యేక కృతజ్ఞతాభినందనములు.

నాన్నగారి ముద్రిత, అముద్రిత ప్రతులునే కాక నాన్నగారు వద్ద వుండిన అనేక పురాతన దస్తావేజులతో పాటు 1856 సం. లో వ్రాయబడిన తిమ్మరాజు పంతులు గారి (మా ముత్తాతగారు) విలునామాను కూడా దశాబ్దాలపాటు భద్రపరచి జాబితాలు వ్రాసిన మా అన్నగారు కీ.శే. వేంకటరత్నం(1936-2010) గారికి వారి తదనంతరం నాన్నగారి చేతివ్రాత ప్రతులను కొన్ని నాకు అందజేసిన వారి కుమార్తె, కర్మవీర పురస్కార గ్రహీత, శ్రీమతి వడ్డాది శ్యామలకు నా కృతజ్ఞతలు. దిగవల్లి గ్రామవాస్తవ్యులు, శ్రీ దిగవల్లి సత్యనారాయణ గారు నూజివీడు జమీందారి ప్రకరణంలో వ్రాయబడిన కొన్ని పరగణాల పేర్లను విశదపరచారు. వయోవృద్ధులు, మా వియ్యంకుడు, శ్రీ చయనం సుబ్రమణ్య శర్మగారు వారానికొకమారు మా ఇంటికి వచ్చి టైపు చేసిన చిత్తు ప్రతిని కంప్యూటరునందే సరిచూసి అనేక

పొరబాట్లను సవరణచేసి సరిదిద్దుటకు సహాయము చేశారు. వీరిద్దరికీ నా కృతజ్ఞతలు.నాన్నగారి పుస్తకములకు కాపీరైటు వారసత్వపు హక్కు సంక్రమించియున్న మా అన్నగారి కుమారుడు, అమెరికా వాస్తవ్యుడు డా శివరావు హర్షోల్లాసముతో నాకు ఈ పుస్తకము ప్రచురించుటకు హక్కుఇచ్చి ప్రోత్సహించినందుకు కృతజ్ఞడను.

ఈ పుస్తకంలో పెట్టిన శ్రీ భీమేశ్వర స్వామి దేవాలయ ఫోటోలు 2019సం. మె నెలలో “ఈ.టి.వి” వారి యూట్యూబ్ ఛానెల్ నుండి సేకరించబడినవి. “ఈ.టి. వి” వారి కి నా కృతజ్ఞతలు.

ఈ పుస్తకం రచించుటకు కావలసిన కొన్ని విశేషములు 1856సం.లో వ్రాయబడిన మా ముత్తాతగారి విలునామాలో కలిగియుండెను. వుయలు కాగితము అనబడిన ఆ విలునామా 9.5 X 14 అంగుళముల, 8 పుటల ఆధార పత్రము. అట్టి అపురూపమైన పెద్ద దస్తావేజును ఈ పుస్తకము ద్వారా చదువరులకు చూపటం ఆనాడు (1970లలో) రచయితకు అసాధ్యము. ఈ నాటి సాంకేతిక విజ్ఞానము ఉపయోగించి ఆ విలునామా ప్రతి (Scanned soft copy)ని ఈ పుస్తకములో నేను జతచేశాను. ఇంకా, రచయిత వ్రాతప్రతిలో లేని అదనపు వివరాలు నేను చేర్చినవి ఏమిటంటే తిమ్మరాజుగారి విలునామా శుద్ధ ప్రతి, శ్రీ భీమేశ్వరాలయంలోని రెండు శిలాశాసనాల శుద్ధప్రతులు, నాలుగు తరాల వారి చేతి వ్రాత నమూనాలు. చివరగా పరిశిష్టమను ప్రకరణము ను కూడా చేర్చాను. రచయిత వ్రాత ప్రతిని పూర్తిగా సమకూర్చటమేగాక నేను పైన చెప్పిన అదనపు సమాచారం చేర్చబట్టి పరిష్కర్తనైయ్యాను.ప్రాంతీయ చరిత్రపై ఆసక్తిగల పాఠకులు ఆదరించగలరని నమ్ముతున్నాను.

దిగవల్లి రామచంద్ర

ప్లాట్ నం.83, రోడ్డునం.9, జూబిలీ హిల్సు

సెల్ ఫోను: 8106216512 /9441190133

హైదరాబాదు

విషయసూచిక

కస్తూరి విజయం మాట.

సాహిత్యంలో చరిత్ర మిళితమై ఉంటుంది. చరిత్రకారుడు నిఖార్సుగా లిఖిస్తే, ఆ రచనలో నూటికి నూరు శాతం సత్యం ఉండే అవకాశం ఉంది. ఆ వ్రాత ప్రతులే తరువాతి కాలంలో చారిత్రక పరిశోధన అంశాలు కూడా అవుతాయి. చరిత్ర పరిశోధకులుగా కీర్తి గడించిన వారి వారసుడు దిగవల్లి వేంకట శివరావు గారు ఆనాటి అనేక డైరీలను సేకరించి, తన స్వదస్తూరి తో కొంత నోట్స్ గా రాసుకుంటే ఎర్పడింది దిగవల్లి తిమ్మరాజు పంతులు జీవిత చరిత్ర పుస్తకం. ఈ గ్రంథానికి పరిష్కర్తగా దిగవల్లి రామచంద్ర గారి కృషి అనన్యం.

దిగవల్లి వేంకట శివరావు గారు చేసిన రచనలు, వ్యాసాలు నాటి తెలుగు వారి జీవన వైచిత్రికి తార్కాణం. ఈ పుస్తకంలో మచిలీబందర్ కోటపైన ఫ్రెంచి జండా ఎగిరే నాటి నుండి భారతదేశ స్వాతంత్ర వచ్చేదాకా ఎన్నో చారిత్రాత్మక అంశాలను వివరించారు. అప్పట్లో కృష్ణా జిల్లా, గుంటూరు, గోదావరి, విశాఖపట్నం, గంజాం జిల్లాలను ఉత్తర సర్కారులనేవారు. నేటి కొండపల్లి ని ముస్తఫానగరు అని, గుంటూరును నాడు మూర్తిజానగరుగా ఎన్నో పేర్లలో మార్పులను అక్షరబద్ధం కావించారు. నాటి వీధి బడిలో తాటాకుపైన ఘంటముతో వ్రాయటం మొదలుకుని, రాజ భాషగా పారశీ చదువు, ఫ్రెంచి వారి ప్రభావంతో కుసిని (వంటగది), కక్కూసు (పాయిఖానా) మాటలు తెలుగు లో కలిసిపోవడం, ఉద్యోగం కోసం ఇంగ్లీషు ఇష్టంగా వంటబట్టించుకోవడం గమనించాల్సిందే.

ఈ గ్రంథంలో దిగవల్లి తిమ్మరాజుగారి వివరాలు ఆసాంతం చక్కగా వచ్చేటట్లు వ్రాయబడ్డాయి. నవాబులను "హుజూరు" అని అందరూ గౌరవించినట్లే కలెక్టరును 'హుజూరు' అనేవారు. ఈ వివరణ కలెక్టరు అనే పదానికి 'హుజూరు' అనే పదం ఏవిధంగా సరిపోతుందో చక్కగా వచ్చింది. 1816 సం. ముందు వరకు ఉన్న జిల్లా మేజిస్ట్రేటు అధికారములు, తెల్లదొరల దర్పాలు వివరించారు. తరువాత కలెక్టరులకు అధికారములు ఎలా బదిలీ అయ్యాయో తెలియజెప్పారు. నాటి శిరస్తాదారు ఉద్యోగ భాద్యతలు, జమీందారీ జీవన చిత్రం, పన్నులు ఎగొట్టేందుకు వారి కుయుక్తులు, రెవిన్యూ శాఖ ఉద్యోగుల రోజువారీ కష్టాలు, ఏవిధంగా నాడు మునసబులును, కరణాలను, నెల జీతగాండ్రగా చేసి తాశిల్దారు అధికారం క్రిందకి ఎలా తీసుకొచ్చారో కూడా వివరించారు. నాటి ఉద్యోగ పర్వంలో ఏవిధంగా మహారాష్ట్ర దేశస్థ బ్రాహ్మణులు, మాధ్వులు వీరి శాఖాభిమానం చూపేవారూ, పై పదవులలో తిష్ట ఎలా వేసేవారో చెప్పారు. మాధ్వులకు కరణ కమ్మలకు, గోల్కొండ వ్యాపారులకు 'హుజూరు' కచ్చేరిలో ఉన్న పరపతిని చూపించారు.

బ్రిటిష్ దొరలు పగపట్టి మొగలితుర్రు రాజా, కలిదిండి తిరుపతి రాజు, నూజివీడు జమిందారు నరసింహ అప్పారావు లను ఎలా గొడవలలో దింపి కుట్రతో భద్రాచలం అడవులకు పారిపోయి తిరుగుబాట్లు బాట పట్టించారో వివరించారు. మరోవైపు నిజాంపట్నం జమిందారు సూరానేని వెంకట

నరసింహారావు తిరుగుబాటుని వివరించారు. 1802 సం. నాటికి కుంపిణి వారు బలపడి అరవ, కన్నడ, మళయాల, తెలుగు రాజ్యములను కలిపి మద్రాసు రాజధానిగా చేశారు అని తెలియజేశారు.

దేశీయులు పొందే ఉద్యోగాలలోకల్లా గొప్ప ఉద్యోగము 'శిరస్తాదారే'. నాడు తెలుగు వారు గుమాస్తాల లెక్కలకు మాత్రమే పరిమితం అయినప్పటికీ, తిమ్మరాజు గారు శిరస్తాదారుగా ఉండటం గొప్పనిపిస్తుంది. జీవితం అంటే కష్టాలు, సుఖాలు కలసి ఉన్నట్లుగా తిమ్మరాజు గారు ఉద్యోగ పర్వంలో ధవళేశ్వరం బ్యారేజ్ పనుల నిమిత్తం సబ్ కలెక్టరు ఒక అణా 'జుల్మానా' విధించడం, తమ్ముడే తనది కాని ఆస్తిలో వాటాకు గొడవ చేయడం, భోగలాలసులై దుబారా చేసే జమీందారుల దగ్గర ఎస్టేటు వ్యవహారాలు చక్కదిటటం వారి కష్టాల ప్రస్థానాన్ని తెలియజెప్పుతుంది. నాటి నియోగుల సమాజపు వింతపోకడయిన 'నియోగులకు ఒకరి నాశ్రయించడము పరువు తక్కువ' వంటి వాటిని ప్రస్తావించి ఈ ఆత్మకథకు గొప్ప కదలిక తెచ్చిపెట్టాయి.

ఆకాశరామన్న అర్జీలోని అంశాలుగా హుజూరు ఉద్యోగులుగా తహశీల్దారు, తాబేదార్లు, శిరస్తాదారి ఆలోచనలని చెప్పారు. పంట విషయమై కలెక్టురుకు ఎలా తప్పుడు రిపోర్టు అందుతుంది. అధికారులు లోపాయికారిగా పన్ను 'జమ' చేయకపోవడం. వివరించారు.

ఈ పుస్తకం ప్రపంచ వ్యాప్తంగా ఉన్న తెలుగు పాఠకులందరికి చేరాలని మనస్ఫూర్తిగా కోరుకుంటున్నాము.

సుధీర్ రెడ్డి పామిరెడ్డి,
కస్తూరి విజయం

పరిచయం

మా ఇంటిపేరు గ్రామ నామమైనందువల్ల మా కుటుంబమము క్రిష్ణా జిల్లాలో నూజివీడుకు ఆరు మైళ్ల దూరములో నున్న విసన్నపేట నుండి కొండపర్వకు పోయే దారిలోనున్న దిగవల్లి గ్రామానికి చెందిన వారని తెలుస్తునే వున్నది.మేము ఆరువేల నియోగులము. కౌండిన్యస సగోత్రులము ఆపస్తంబ సూత్రులము యుజుశ్శాఖీయులమైన స్మార్త బ్రాహ్మణులము. మా వంశవృక్షం దాఖలా మూలపురుషుడైన శ్రీ **యర్రంరాజు గారు** మా పితామహునికి ఆరవతరం వారైనందున తరానికి ముప్ఫయి సంవత్సరాల లెక్కకడితే 180 సంవత్సరముల క్రిందట అనగా గోల్కండ సుల్తానులు ఆంధ్ర దేశాన్ని పాలిస్తున్న కాలం నాటి వారైరి.

తిమ్మరాజుగారికి ఆరు తరాల పూర్వులైన మా వంశపు మూలపురుషుడైన యర్రంరాజు గారికి రాగరాజుగారని ఏకైక పుత్రుడు, ఆయనకు **పాపడు**, **రాజులు** అని ఇద్దరు కుమాళ్లు. **రాజులు** గారికి **సూరన్న వానప్ప**, **చెంచన్న, వేంకటపతి, వెంకయ్య, యర్రంన్న** అని ఆరుగురు కుమాళ్లు. వీరిలో వానప్ప గారికి ఆడపిల్లలు మగ పిల్లలు కలిపి తొమ్మిదిమంది సంతానము. వీరిలో ఆరవ వారు వేంకయ్య గారు. ఆయన భార్య నాగువమ్మ గారు. ఈ దంపతులకు రామలింగయ్య, నాగన్న గార్లనే ఇద్దరు కుమాళ్లు కలిగారు. రామలింగయ్య గారి భార్య సీతమ్మ గారు. వీరి కి వేంకయ్య గారు తిమ్మరాజు గారు , రాగన్న గారు , అప్పన్న గారు అనే నల్గురు కొమాళ్లున్నూ అచ్చమ్మ రాజమ్మ అనే ఇద్దరు కొమార్తెలున్నూ కలిగారు. ఈ తిమ్మరాజుగారే మా పితామహుడు.

తిమ్మరాజు పంతులు గారు ఇంగ్లీషు నేర్చుకుని ఇంగ్లీషు కంపెనీ రాజ్యకాలం లో 41 సంవత్సరముల పాటు అనేక ఉద్యోగాలు చేసి రాజమహేంద్రవరం జిల్లా కలెక్టరు క్రింద హుజూరు శిరస్తాదారు గా పనిచేసి 1855 సంవత్సరములో పింఛను తీసుకుని 1856 ఫిబ్రవరి 7 వ తేదిన చనిపోయారు. ఆయిన వ్రాయించిన మరణ శాసనమువల్ల మాకుటుంబ చరిత్ర తెలుస్తున్నది. తిమ్మరాజు పంతులు గారి తండ్రిగారి పూర్వులు దిగవల్లి గ్రామము వదలి దగ్గిరలో కొయ్యూరు అనే గ్రామంలో స్థిరపడి ఆ గ్రామములో ఇల్లు కట్టుకుని దాని దగ్గరలోని రమణక్కపేటలో భూములు సంపాదించారు. కాని అవి మెరక భూములైనందు వల్ల వర్షాధారము పైన వ్యవసాయము ఆధారపడి యుండేది. ఆదాయము సన్నగిల్లింది. కుటుంబము వృద్ధి అయినది. శుభకార్యాలకు, నిత్యజీవనానికి డబ్బుచాలక ఋణాలు చేయవలసి వచ్చింది. తిమ్మరాజు గారి తండ్రి రామలింగారి కాలం నాటికి కుటుంబము ఋణగ్రస్త మైనది. తిమ్మరాజుగారి అన్నగారు వెంకయ్య గారికి తాత గారి పేరు పెట్టారు. ఆయన వ్యవసాయం చేసేవాడు.

తిమ్మరాజుగారికి గర్భాష్టములోనే ఉపనయనమైనది. ఆయన కొయ్యూరులో అందరిపిల్లలవలెనే అక్షరాభ్యాసమైన తరువాత వీధి బడిలో అయిదు సంవత్సరములు గుణింతము, బాలశిక్షలో కనబడె తెలుగు పాఠాలు చదివి తాటాకుపైన ఘంటముతో వ్రాయటం నేర్చుకుని కొద్దిపాటి లెఖ్కలు నేర్చుకున్నారు. ఆయన కుశాగ్రబుద్ధి అయినందున బాగ పైకి వస్తాడని ఆయన తండ్రిగారు సంతోషించారు. అటు తరువాత ఆకాలంలో బందరు జిల్లా, రాజమహేంద్రవరం జిల్లాలలో ఇంగ్లీషు కంపెనీ దొరతనం సాగుతున్నందువలననూ పారశీ కూడ ఇంకా రాజభాషగా నున్నందువల్లను ఆయన నేర్చుకుంటే ఉద్యోగం దొరుకుతుందని బందరు కన్నా దగ్గరనున్న ఏలూరు వెళ్లి ఒక సాహెబు గారిని ఆశ్రయించి పారశీ నేర్చుకున్నారు. ఏలూరులో ఎవరినో ఆశ్రయించి ఇంగ్లీషు అక్షరాలు, మాటలు కూడా నేర్చుకున్నారు. ఇలాగ ఏలూరులో మూడేండ్లు కాలక్షేపం చేసి 1810 సంవత్సరంలో రాజమండ్రీ వెడితే అక్కడ ఏదైనా ఉద్యోగం దొరుకుతుందేమోనని తమ తల్లి గారి బంధువైన ముదిగొండ గురవయ్య గారు అక్కడ జిల్లా కోర్టులో శిరస్తా మదద్గారు గా నుండినందువల్ల అక్కడకు వెళ్లారు. అక్కడ ఆయనతో పాటు జిల్లా కోర్టుకు వెళ్లి పని నేర్చుకుంటూ చేస్తూవుండగా గురవయ్య గారికి జబ్బుచేసింది. అంతట తిమ్మరాజుగారు ఆక్టింగ్ సహాయ శిరస్తాదారు పనులు చూడ ప్రారంభించారు

విధివశమున గురవయ్య గారు కాలధర్మం చెందటంతో తిమ్మరాజుగారు నిరాధారులైనారు. అయితే అక్కడ కామరాజుగడ్డ లింగయ్య గారు మొదలగు వారీ యవకుని తెలివితేటలు చూసి అప్పట్లో జిల్లా జడ్జిగానుండిన పీటర్ రీడ్ కాజులెట్ దొరగారికి సిఫారసు చేయగా ఆయన 1811 సంవత్సరములో తిమ్మరాజుగారికి సహాయ ఇంగ్లీషు రికార్డు కీపరు ఉద్యోగమునిచ్చారు. తిమ్మరాజుగారు జిల్లా కోర్టులో శిరస్తాదారు గా పని చేశారు. సదర్ ఆమీన్ గా కూడా పనిచేశారు .1820 లో వరకూ రాజమండ్రీ, కాకినాడ, మొగలితుర్రు లలో నుండిన డివిజనల్ కలెక్టర్లకు బదులు రాజమండ్రీ జిల్లా కలెక్టరునేర్పరచి కాకినాడ పట్టణమును head quarter గా చేశారు. ఈ కొత్త జిల్లాకు G.M.C ROBERTSON గారు మొదటి కలెక్టరైనాడు. తిమ్మరాజుగారు న్యాయశాఖలో కన్నా రివెన్యూ శాఖలోవుంటే పైకి రావచ్చునని తలచి అప్పటి జిల్లా జడ్జి వైబార్టు దొరగారి సిఫారసు తో కాకినాడ కలెక్టరు కచేరీలో ఇంగ్లీషు రికార్డు కీపరు పదవి సంపాదించారు. రాబర్టుసన్ గారికి తిమ్మరాజుగారిపైన అనుగ్రహం కలిగింది. రాబర్టుసన్ గారి పేరుతో కాకినాడలో కొత్తగా నిర్మాణమైన పేటలో 60x128 గజాల పెద్ద నివేశ స్థలమును తిమ్మరాజుగారికి 1822 సంవత్సరములో మంజూరు చేశారు. ఈ స్థలము చాల పెద్దదైనందువల్ల తిమ్మరాజు గారు పట్టా వ్రాయించుకొనడంలో 1824 సం లో తమ తమ్ముడైన రాజన్న గారి పేరు కూడా చేర్చారు. దీనివల్ల తరువాత చిక్కురాగలదని ఊహించలేదు. ఈ స్థలమున్న రాజవీదిలో తిమ్మరాజుగారు 1827 నాటికి రెండు మండువాల భవంతిని నిర్మించారు. ఆ వీధి చివర పెద్దబజారు వెళ్లే వీధి మొగను 1829 సం. లో

సాంబశివ లింగమును ప్రతిష్టను చేసి 1829 సం. లో శ్రీ భీమేశ్వరాలయము నిర్మిచి కొంతమంది జమీందారులు చేత సంస్థానానికి భూములిప్పించారు. 1829 సం. లో తిమ్మరాజు గారికి ప్రధమ పుత్రుడైన వేంకట శివరావుగారు జన్మించారు. 1831 సం. లో భీమేశ్వరాలయానికి ముఖమండపము కట్టించి జగజ్జననీ ఆలయ గోడల పైన శిలాశాసనము చెక్కించారు. అప్పటినుండి తిమ్మరాజు గారింటి వీధికి గుళ్ల వీధి అని పేరు వచ్చినది.

తిమ్మరాజు గారి కాలంనాటి దేశ పరిస్థితులు

తిమ్మరాజు పంతులు గారు జన్మించేనాటికి దిగవల్లి, కొయ్యూరు, రమణక్కపేట, బొమ్మలూరు వగైరా గ్రామాలు నూజివీటి అప్పారావుగారి జమీందారీ లో చేరియుండేవి. అప్పట్లో కృష్ణా జిల్లా, గుంటూరు, గోదావరి, విశాఖపట్టం జిల్లాలను ఉత్తర సర్కారులనేవారు.ఈ సర్కారులు గోల్కొండ సుల్తానుల తరువాత మొగలుచక్రవర్తి ప్రతినిధి యైన హైదరాబాదు నిజాంగారికింద వుండగా హైదరాబాదు నవాబు 1753 సం. లో ఫ్రెంచి వర్తక కంపెనీ వారికి వశం చేయగా వారు 1758 వరకూ పాలించారు. తరువాత ఇంగ్లీషు కంపెనీవారు వారిని ఓడించగా హైదరాబాదు నిజాం గారు వాటిని 1766 సం లో ఇంగ్లీషు కంపెనీ వారికి ఇచ్చాడు.

హైదరాబాదు నవాబైన నిజాం రాజ్య కాలం లో సర్కారులు: ముస్తఫానగరు (కొండపల్లి) మూర్తిజానగరు(గుంటూరు). మచిలిపట్నం, ఏలూరు, రాజమండ్రీ, చిక్కా కోలు సర్కారులను ఉత్తర సర్కారులు అనేవారు. ఒక సర్కారుకు గాని రెండు సర్కారులకు గాని కలిపి ఒక ఫౌజుదారు(సేనాధిపతి) సుబేదారు నవాబు అనే పరిపాలకుడుండేవాడు. ఉత్తర సర్కారు ముఖ్య పట్టణాలలో ఖాజీలు న్యాయపరిపాలన చేసేవారు. అటుతరువాత ఇంగ్లీషు కంపెనీ రాజ్య కాలంలో బందరులోని ఇంగ్లీషు కంపెనీ ఏజంటు నే Chief in Council అనే వారు. ఇంగ్లీషు కంపెనీ రాజ్యమునకు మద్రాసు రాజధాని. అక్కడ కంపెనీ వారి గవర్నరుండేవాడు.

ఉత్తర సర్కారుల చరిత్ర కొద్దిగా తెలుసుకోటం మంచిది. గోల్కొండ సుల్తానుల కాలం లోనూ హైదరాబాదు నిజాముల కాలంలోను ఈ సర్కారుల ముఖ్య పట్టణములైన మూర్తిజానగరు(గుంటూరు), ముస్తఫానగరు(కొండపల్లి) మచిలీపట్టణం, ఏలూరు, రాజమండ్రి చిక్కాకోలు పట్టణములోను నవాబు సర్కారు ఉద్యోగులుండేవారు. ఆ పట్టణాల చుట్టూవున్న గ్రామాల భూములను అమరక పరచి సర్కారు ఉద్యోగుల జీతబత్తెములు వగైరాలకు వినియోగించేవారు. వాటిని హవేలి భూములు అనేవారు. సర్కారులను డక్కను సుబేదారుడైన సలాబతు జంగు మొదట ఫ్రెంచివారి కివ్వగా వారు 1753 నుండీ 1758 వరకు పరిపాలించారు. మచిలీపట్టణం కోటపైన ఫ్రెంచి జండా ఎగిరేది. తెలుగుదేశంలో ఫ్రెంచి వారి నాగరకత ప్రబలింది. విజయనగరం, బొబ్బిలి, పెద్దాపురం, పిఠాపురం, నూజివీడు రాజులందరు ఫ్రెంచివారికి కప్పం చెల్లించేవారు. విజయనగరంవారి కుట్రతో ఫ్రెంచి సేనాపతి బుస్సీ బొబ్బిలి కోట నాశనంచేశాడు. తాండ్ర పాపయ్య అనే వెలమాయన విజయనగరం రాజాగారిని పొడిచి చంపాడు.

1758 సం. లో ఇంగ్లీషు కంపెనీ సేనాదళములు చందుర్తికొండూరు దగ్గర జరిగిన చందుర్తి యుద్ధంలో ఫ్రేంచిసైన్యమును ఓడించి మచిలీపట్నం పట్టుకుని ఫ్రేంచి కోటపైన ఇంగ్లీషు బావుటా

ప్రతిష్టించగా హైదరాబాదు నవాబు సలాబతుజంగు మచిలీపట్టణమునకు నుండీ 60 మైళ్ళ వెడల్పు 120 మైళ్ల పొడవు గల దేశభాగన్ని ఇంగ్లీషు వారికి చ్చాడు. మచిలీపట్నం దిగువ 8 మహాళ్లు మళ్లా ఇచ్చాడు. అంతట ఇంగ్లీషు కంపెనీవారు తమ వర్తక ఏజంటును పరిపాలకుడుగానియమించి Chief in Council అనే బిరుదుతో పరిపాలన సాగించారు.

1766 సం. లో సలాబతుజంగును తోసిరాజన్ననిజాంఅలీఖాన్ ఇంగ్లీషు వారికి పైన చెప్పిన ఉత్తర సర్కారులను కౌలుకిచ్చాడు అటుతరువాత వారు దానిని స్వాధీనం చేసుకుని పరిపాలింప సాగారు. ఉత్తర సర్కారులలో సంస్థానీదీశులైన చిన్నపెద్ద రాజులందరిని అదుపులోనుంచి సైనిక బలంతో వారి వల్ల కప్పం వసూలు చేయటమే మచిలిపట్టం Chief in Council ముఖ్య కర్తవ్యం గానుండేది. కంపెనీ దొరలు స్వంత వ్యాపారం కూడ చేసేవారు. ఇలా కొంతకాలం జరుతూవుండగా ఇంగ్లీషు దొరలు నిరంకుశంగా ప్రవర్తిస్తుండంట వల్ల తగాదాలు తలెత్తినవి. మొగలితుర్రు రాజా కలిదిండి తిరుపతి రాజుగారి పైన కంపెనీ దొర Sadlier పగపట్టి పేష్కస్సు బాకీని జప్తుచేయించి కలెక్టరు పరిపాలన స్థాపించాడు. తిరుపతి రాజు గారు 1790 లో చనిపోగా ఆయన రాజ్యాన్ని కంపెనీ రాజ్యం లో కలిపేశాడు.

మచిలీ బందరు Chief in Council పరిపాలన బాగలేనందువల్ల 1794 సం. లో ఆ శాసనము రద్దు చేసి సర్కారులను జిల్లాలుగా విభజించి ప్రతి జిల్లాకు ఒక కలెక్టరునేర్పరచి రెవిన్యూ పరిపాలన స్థాపించారు. 1799 లో ఈ సర్కారులలోని రాజుల సంస్థానాలను విచారించి వారి రాజ్యాధికారాలు తీసివేసి, వారి సైనిక బలాలు తగ్గించే ప్రయత్నంచేశారు. వీరందరిని పెద్ద భూస్వాములుగా చెయ్యదల చారు. ఇంతేకాక ఇదివరకు గ్రామ పరిపాలన జరిగిస్తున్న పంచాయితీల అధికారాలు తీసివేయదలచారు. గ్రామ కరణాలను తాశీల్దారుల క్రింద నెల జీతగాండ్రుగా చేసి కలెక్టరు అధికారం క్రింద ఉద్యగులుగా చేయదలచారు.

1802 సంవత్సరం నాటికి ఇంగ్లీషు కంపెనీవారి ప్రభుత్వం బలపడి అరవ కన్నడ మళయాల తెలుగు రాజ్యముల కలిపి మద్రాసు రాజధానిగా చేశారు. పాలెగాండ్లను అణచివేసి శాంతి భద్రతలు స్థాపించారు. ఈ మద్రాసు రాజధానిలో కట్టుదిట్టమైన పరిపాలన జరిగించుటకు అవసరమైన శాసనములను వంగరాష్ట్ర గవర్నరు జనరలైన కారన్వాలీసు 1793 సం. లో చేసిన రెగ్యులేషన్ల నమూలో మద్రాసు కార్యాలోచన సంఘమునకు అధ్యక్షుడైన గవర్నరు గారు జారీచేశారు.

1802 సంవత్సరంనాటి బందోబస్తుకు సంబందించిన 36 రెగ్యులేషన్లు చేశారు. అప్పటినుండి ప్రతిసంవత్సరము పరిపాలనకు అవసరములైన శాసన విధులను నిబంధనలను వ్రాయడం ప్రారంభించారు. ఈ రెగ్యులేషన్లను అములు చేసే బాధ్యత కలెక్టర్లకిచ్చారు. జిల్లాల న్యాయ పరిపాలన చేసే

జిల్లా జడ్జి తప్ప తక్కిన అధికారులుందరూ కలెక్టరుకు లోబడి తమ నియుక్త కార్యాలని నిర్వహించాలి. ఈ శాసనలాన్ని తెలుగు అరవము మొదలైన దేశ భాషలలో తర్జుమా చేసే ఏర్పాటు చేశారు.

ఈ శాసనాలను బట్టి అదివరకు ఉత్తర సర్కారులలో నున్న పెద్దరాజులు చెలాయించే రాజ్యధికారాలు పరిపాలనాధికారాలు తీసివేశారు. నిజాముగారు నే పెద్ద భూస్వామిగా చేశారు. వీరు సర్కారుకు చెల్లించవలసిన శిస్తును చెల్లించక పోతే వారి గ్రామాలను జప్తు చేసే ఏర్పాటు చేశారు. ఈ జమీందార్లు తమ గ్రామాలలోని భూములను అమరకపరుచుకుని రైతులవల్ల శిస్తులు వసూలు చేసుకోవచ్చును. సర్కారుకు చెల్లించ వలసిన పేష్కస్సు లేక శిస్తు శాశ్వతంగా నిశ్చయించి పర్మనెంటు సెటల్మేంటు రెగ్యులేషన్ శారు. వీరిదివరకు చేసే కావలి లేక పోలీసు బాధ్యతలను తీసివేశారు.

గ్రామ కరణాలను, గ్రామ మునసబులును ఇదివరకు గ్రామపంచాయితీలలో ప్రముఖులుగా గ్రామపరిపాలన జరింగేచేవారు. గ్రామ పరిపాలనాధికారములు పంచాయితీలకు తీసేశారు. కరణాలను, మునసబులును నెల జీతగాండ్రగా చేసి తాశిల్దారు అధికారం క్రింద పనిచేసే ఉద్యోగులగా చేశారు. గ్రామ మునసబు గ్రామ magistrate గా చేసి పోలీసు బాధ్యతలు అప్పగించారు. గ్రామములలో పోలీసు ఠాణాలనేర్పరచి ఈ పోలీసు శాఖను జిల్లా జడ్జిఅధికారం క్రింద చేశారు. జిల్లా జడ్జినే జిల్లా మేజస్ట్రేట్ గా చేశారు. 1816 లో జిల్లా కలక్టరును జిల్లా మేజెస్ట్రేట్ గా చేసి పోలీసు శాఖ అధిపతిగా చేశారు.

ఇలాగ పరిపాలన వ్యవహారములు కట్టుదిట్టపరిచి Rule of law ఏర్పరచారు. అటు తరువాత చేయబడిన శాసనములలో ముఖ్యమైనవి దేశములో మార్షల్ లా అమలు చేసే రెగ్యులేషన్ చేశారు. 1819 సం. లో ఒక రెగ్యులేషన్ క్రింద State Prisoners అనే పేరుతో చిన్న, పెద్ద రాజులను పాలెగాండ్రు మొదలైన వారిని కారణము లేకుండా ఖైదీలలో నుంచవచ్చును.1817 సం చేసిన రెగ్యులేషన్ క్రింద హిందు మహమ్మదీయ మత ధర్మాలను Endowment escheats పరిపాలన సర్కారు వశం చేశారు. దేవాలయాలలో కలెక్టరేట్లు నిర్వహించే ఏర్పాటుచేశారు. దానధర్మాల వ్యవహారాలను కలేక్టర్లుకప్పగించారు. కొంతకాలము క్రైస్తవ కలెక్టర్లు హిందూ దేవాలయ వ్యవహారాలు నిర్వహిచేవారు. కొంతకాలానికి క్రైస్తవ మతబోధకుల ప్రభావము వలన ఈ బాధ్యతలను తొలగించారు. 1843 సం. లో దేవాలయాల పరిపాలన పూర్తిగా వదిలివేశారు.

1802సం. లో చేసిన రెగ్యులేషన్ బట్టి ప్రతి జిల్లాలోను జిల్లా కోర్టునేర్పరచిరి. జిల్లా కోర్టుకు అదలాత్ కోర్టు అనే వారు. జిల్లా జడ్జి వెయ్యి రూపాయల విలువ వ్యాజ్యములను విచారించే ఏర్పాటు చేశారు. అతని క్రింద రిజిస్టరు అనే సహాయోద్యోగిని నియమించారు. బందరులోను మద్రాసు రాజధానిలోను చిత్తూరు, తిరుచినాపల్లి ప్రొవిన్షియల్ కోర్టులు స్థాపించి జిల్లా జడ్జి తీర్పులపైన అప్పీళ్లను విచారించే అధికారము 5వేల రూపాయలవరకు దావాల విచారించే అధికారము ఇచ్చారు. చెన్నపట్నంలో

సదరు అదాలత్ కోర్టు అనే పెద్ద కోర్టు స్థాపించి 25 వేల రూపాయల విలువ దావాల అప్పీళ్ల విచారణ అధికారమునిచ్చారు. చిన్న చిన్న దావాలకు దేశీయ న్యాయవాదులతో చిన్న కోర్టులు స్థాపించి 80 రూపాయల విలువ దావాలు విచారించే అధికారమిచ్చారు. జిల్లా జడ్జికి నేరాలు విచారించి శిక్షలు విధించే అధికారమిచ్చారు. ఒక వెయ్యి రూపాయలు విలువ గల దావాలో జిల్లాజడ్జి తీర్పుపైన అపీలు లేదు. అటుతరువాత దానిపైన బందరు లో ప్రావిన్షియల్ కోర్టుకు అపీలుండేది.

బందరులోను, ఉత్తర మండలాలలోను ప్రావిన్షియల్ కోర్టు చిత్తూరు, తిరుచినాపల్లి లో ఒక ప్రావిన్షియల్ కోర్టు. తలచేరీలో ఇంకో ప్రావిన్షియల్ కోర్టు, మొత్తం నాలుగు ప్రావిన్షియల్ కోర్టులుండేవి. ఈ కోర్టులు క్రింది కోర్టు తీర్పులపై అప్పీళ్లను విచారించేవారు. చెన్నపట్నం నందు సదర్ అదాలత్ కోర్టు పంపిన ఒరిజనల్ దావాను విచారించేవారు. ఈ ప్రావిన్షియల్ కోర్టులిచ్చే 5000 రూపాయల దావాల తీర్పుపై అప్పీలు లేదు. అటు పైన చెన్నపట్నం సదరు అదాలత్ కోర్టు కి అప్పీలుండేవి. “అదాలత్ కోర్టు” అనే జిల్లా కోర్టు జడ్జిలు, మచిలీబందరులో స్థాపించబడిన ప్రావిన్షియల్ కోర్టు అప్పీలు అధికారికి లోబడి 5 వేల రూపాయల విలువ గల దావాలు వచారించేవారు. క్రిమినల్ నేరాలకు పదేండ్ల వరకు శిక్ష 30 పేము బెత్తపు దెబ్బలు విధించడానికి అదికారముండేది. జిల్లా జడ్జిగారే పోలీసుల పై అధికారిగాను, జిల్లా మేజిస్ట్రేటుగాను అధికారములు కలిగి వుండేవారు. కలెక్టరులకు ఆ అధికారములు లేవు. ఈ స్థితిలో 1816 సం. లో జిల్లా జడ్జి గారి కి బదులు గా జిల్లా కలెక్టర్లునే జిల్లా మేజిస్ట్రేటులగాను పోలీసులపై అధికారిగను చేస్తూ కలెక్టర్ల క్రింది తాశీల్దారుకు కూడా పోలీసులపై అధికారిగాను మేజిస్ట్రేటు గాను చేస్తూ రెగ్యులేషన్ శాసనము చేయబడినది. రివిన్యూ శాఖలో శిస్తులు వసూలు పన్నుల వసూలు మొదలైన అధికారాలేగాక ప్రభుత్వము వారు చేసిన రెగ్యులేషనులను బట్టి అనేక ప్రత్యేక అధికారాలు కూడా ఇవ్వబడినందున జిల్లా కలెక్టరులకు ప్రాముఖ్యత కలిగినది.

రాజకీయ చరిత్ర సమీక్ష

గుంటూరు, కృష్ణా గోదావరి విశాఖపట్నం జిల్లాకు మహమ్మదీయ ప్రభుత్వకాలంలో (మూర్తిజానగరు సర్కారు, ముస్తఫానగరు సర్కారు) కొండపల్లి సర్కారు, మచిలి పట్నం సర్కారు ఏలూరు సర్కారు రాజమహేంద్రవరం సర్కారు, చికాకోలు సర్కారు అని వ్యవహరించేవారు. అవి మొగల్ సామ్రాజ్యకాలంలో రాజప్రతినిదియైన దక్కను సుబేదారుని పరిపాలన క్రిందనుండేవి. నిజాం ఉల్ ముల్కు హైదరాబాదు రాజధానిగా దక్షిణా పధమును పాలిస్తూ 1748 లో చనిపోయాడు. ఆయన

తరువాత వారసత్వపు తగాదాలు వచ్చినవి. 1750 సం లో పాండిచేరిలోని ఫ్రెంచి వర్తక కంపెనీవారి సహాయంతో సలాబతు జంగు నవాబైనాడు. అయన మచిలీపట్టణమును, ఉత్తర సర్కారులను ఫ్రెంచి వారికివ్వగా 1753 సం. నుండి వారు పరిపాలింప సాగినారు.

1758 డిశంబరులో ఇంగ్లీషువారు ఫ్రెంచి వారికి చెందుర్తి (కొందూరు) యుద్ధములో ఓడించి 1759సం. ఏప్రిల్ నెలలో మచిలీపట్టములోని ఫ్రెంచి వారి కోటను పట్టుకొనగా సలాబతు జంగు ఇంగ్లీషువారితో సంధి చేసుకుని వారికి మచిలీపట్టణమును దానిక్రింది 8 మహళ్లను 20 మైళ్ల వెడల్పు, 80మైళ్ల పొడవు గల కోస్తా రాజ్యభాగమును మరికొన్ని ఊళ్ళు నిచ్చాడు. అంతట చెన్నపట్ణంలోని ఇంగ్లీషు కంపెనీ వారీ రాజ్యాన్ని మచిలీపట్టణంలోని కంపెనీ ఏజంటుకే Chief in Council అనే హోదానిచ్చి పరిపాలించే ఏర్పాటు చేశారు. అంతట ఇంగ్లీషువారు ఆరాజ్యములోని భూములను 1761 సం నుండీ అమరక పరుస్తూ మొతర్బా వగైరా పన్నులు వసూలుచేయసాగిరి. 1766 సం. లో హైదరాబాదు ప్రభువైన నిజామలీఖాన్ ఇంగ్లీషు కంపెనీ వారికి ఉత్తర సర్కారులను కౌలుకివ్వగా గుంటూరు తప్ప తక్కిన జిల్లాలను కంపెనీ వారు స్వాధీన పరుచుకుని మచిలీపట్ణం ఛీఫ్ ఇన్ కౌన్సిల్ పరిపాలన సాగించారు. గుంటూరు 1788 సంలో స్వాధీన పరచుకొన్నారు.

ఉత్తర సర్కారులును కంపెనీవారు స్వాధీనపరుచుకున్న తరువాత 1769 సం. నుండి పంద్రెండుసంవత్సరాలు దేశంలో అరాజకం ప్రబలింది. కంపెనీవారు శాంతి భద్రతలు, క్రమపరిపాలన స్థాపించలేక పోయారు. జమీందారులు పేష్కసు బాకీ పెట్టి పితూరీలు చేయసాగినారు. దేశంలో బందిపోటు దొంగలు విజృంభించినారు. అదివరకు సర్కారులు పరిపాలించిన ఫ్రెంచికంపెనీ వారి ఏజెంట్లు కుట్రలు చేసేవారు. మచిలీపట్నం లోని ఛీఫ్ ఇన్ కౌంసిల్ దేశంలో అక్కడక్కడ సైనిక దళాలనుంచి జమీందారులను అణచియుంచి పేష్కసు వసూలు చేసేవాడు. కంపెనీ దొరలలో చాలామంది అవినీతి పరులుగా నుండేవారు. తమ స్వంత వ్యాపార సరుకులపైన సుంకాలు చెల్లించకుండా కంపెనీ జెండా క్రింద దొంగవ్యాపారం చేసేవారు. మొగలితుర్రు జమీందారు., కలిదిండి తిరుపతి రాజు గారు దీనిని సహింపక మందలిపగా కంపెనీ కౌన్సిల్ దొర శాడియార్ ఆయనపైన పీతూరీలు చెప్పి ఆయన పేష్కసు బాకీ లేక పోయినా , వర్షాలు లేక ఇతర జమీందారులు బాకీ పడగా దానికి ఆయన హామీగానున్నందున వారి సంస్థానము 1781 సం లో జప్తు చేయమని కలెక్టరుని నియమించారు. తరువాత 1791 సం. లో జమీందారు తిరుపతి రాజు గారు చనిపోగా సంస్థానం కంపెనీ రాజ్యములో కలిపివేశారు. అది నేటి పశ్చిమ గోదావరి (340 గ్రామాలు)

నూజీవీడు జమీందారీ

1771 సం. లో నూజివీడు జమీందారు వెంకట అప్పారావు గారు చనిపోయారు. ఆయన తమ్ముడు నరసింహారావు గారు జమీందారుడైనారు. అయన ఖర్చు మనిషి. డాబు దర్పాలకోసం సొమ్ము ఖర్చు చేస్తు కంపెనీకి చెల్లించవలసిన పేష్కసు బాకీ పడ్డాడు. 1773 సం. లో మచిలీపట్నం నుంచి కంపెనీ వారి సిపాయి దళము వచ్చి కోట ముట్టడించగా జమీందారు గారు కంపెనీ దొరలకే ఋణపత్రాలు వ్రాసి బాకీ తీర్చాడు. ఈ సందర్భములో కంపెనీ దొరలు కొన్ని దొంగ పత్రాలు వ్రాయించుకున్నారు.

1775 సం. లో మచిలీపట్నం Chief in Council , White Hill , కౌన్సిల్ సభ్యుడైన Hodges కలిసి తమపేర దొంగ ఋణపత్రాలు బలవంతముగా నిర్భందించి వ్రాయించుకున్నారని జమీందారు గారు కంపెనీ వారికి ఫిర్యాదు చేసినా లాభం లేకపోయింది. తరువాత కొంతకాలానికి చెన్నపట్నం గవర్నరు సర్ తామస్ రంబోల్డు , వైట్ హిల్ గార్లు కలసి లంచాలు పుచ్చుకునట్లు కంపెనీ వారికి తెలిసి 1781 సం. లో వారిని dismiss చెశారు. బందరు లో Chief in Council గా నున్న శాడ్లియర్ నరసింహ అప్పారావుగారి అర్జీని Court of Directors పంపినాడు.

1783 సం. లో నరసింహ అప్పారావు గారు ఆయుధ జనమును కూర్చుకుని నూజివీడు కోటలు బలం చేసుకుని కంపెనీ వారిని ధిక్కరించగా కంపెనీ సైనిక దళము వచ్చి పడింది. సంకుల సమరము జరిగింది. రెండుపక్కలా కొందరు చనిపోయారు. అంతట జమీందారు గారు బాకి పడ్డ పెష్కసు వాయిదాల పై చెల్లిస్తాన్ననారు. మొదటి వాయిదా చెల్లించారు గాని రెండవ వాయిదా చెల్లించలేదు. అంతట కంపెనీ సైనిక దళ సిపాయిలు కోట ముట్టడించారు. జమీందారు గారు మారువేషంలో పారిపోయారు. కంపెనీ సిపాయిలు కోట నేలమట్టం చేశారు.

1784 సం.లో కంపెనీ వారు నరసింహ అప్పారావు గారిని తొలగించామని ప్రకటించారు. జమీందారు గారు భద్రాచలం అడవులకు పారి పోయి నూజివీడుపైన , ఇతర గ్రామాల పైన దండయాత్రలు సాగించారు. కంపెనీవారీ బాధపడలేక ఆయన నూజివీడులో తమ కుమారుని దగ్గర వుండవచ్చునని ప్రకటించారు.

పూర్వం మచిలిపట్నం లో Chief in Council గా నుండిన Flayer దొర పైన వచ్చిన లంచము కేసు విచారణలో సాక్ష్యం నిమిత్తము కంపెనీ వారు నరసింహ అప్పారావు గారిని 1789 సం. లో చెన్న పట్నానికి పిలిపించారు. అయన అక్కడనే మరణించారు. ఆయన పెద్ద భార్య వల్ల వెంకట నరసింహా అప్పారావు గారు, రెండవ భార్యవల్ల రామచంద్ర అప్పారావుగారు అనే కుమాళ్లున్నారు. ఇంతలో 1788 సం లో నరసింహ అప్పారావు అనే మూడవ కుమారుడు కలిగాడు. కంపెనీ వారు ఎస్టేటును కంపెనీ

కిందనుంచారు. 1792-93 మధ్య దేశం లో కఱవు వచ్చింది. 1793 సం. లో జూలై 22 తేదీన Rober Gardeur ను కలెక్టరు గా నియమించారు. అతని తరువాత Branfill కలెక్టరు. 1802 సం.లో జరిగిన పర్మనెంటు సెటల్మెంటు ఎస్టేటును రెండుగా విభజించి నిడదవోలు ఎస్టేటుకు వెంకట నరసింహ అప్పారావు గారికి పట్టానిచ్చారు. నూజివీడులోని కొయ్యూరు, మేడూరు నున్న స్థలం, చాట్రాయయ, విజయరాయయ, గొల్లపల్లి అనే ఆరు పరగణాలను రామచంద్ర అప్పారావుగారికి పట్టానిచ్చారు. 1805 లో మూడవ కుమారుడు బందరు అదాలత్ కోర్టులో వ్యాజ్యం దాఖలు చేశాడు. అది dismiss కాగా ప్రొవిన్షియల్ కోర్టులోను, చెన్నపట్నంలోని అదాలత్ కోర్టులోను సదరు అదాలత్ కోర్టులోను అప్పీలుచేశాడు. కాని లాభంలేకపోయింది. అటు తరువాత మనోవర్తి యిచ్చారు. కొంత కాలనికి కంపెనీ ప్రభుత్వము వారే నూజివీడు జమీందారి విషయములో కొత్త ఏర్పాటుచేశారు. ఈ రాజకీయ పరిస్తితులలో తిమ్మరాజు పంతులు గారి కుటుంబము వారి పరిస్థతులు కూడా ఒడుదుడుకులకు లోనైనవి.

1776 సం. లో నూజివీడు జమీందారు బంధువు]పద్మనాభరాజు గారు పితూరి చేశారు 1780 తరువాత నిజాంపట్నం జమీందారు సూరానేని వెంకట నరసింహారావు గారు తిరుగుబాటు చేశారు. కంపెనీ వారు సైనికబలంతో వారిని అణచివేశారు.

హిందూ దేశంలో ఇంగ్లీషు కంపెనీ వారు సంపాదించిన రాజ్యాలకు 1786 సం. లో గవర్నర్ జనరల్ గా నియంపబడిన కారన్ వాలీసు ప్రభువు వంగ రాష్ట్ర పరిపాలన కట్టుదిట్టపరచి దానికి 1793 సం. లో రెగ్యులేషన్ లనే శాసనములు చేశాడు. మద్రాసు రాజధానిలో కూడా వంగరాష్ట్రములో జరిపిన రాజకీయ సంస్కరణములు చేసి అలాంటి శాసనములు చేయుటకు తీర్మానించారు.

1802 పర్మనెంటు సెటల్మెంటు రెగ్యులేషన్ లోని నిబంధనల ప్రకారము సంస్థానాలవారు కంపెనీ ప్రభుత్వమునకు చెల్లించవవసిన పేష్కషు, శాశ్వతంగా నిర్ణయించారు. సంసస్థానాధిపతులు, జమీందారులు ప్రభుత్వ అధికారాలేమీ చలాయించ కూడదు. పన్నులు విధించి వసూలు చేయటము అలాంటి అధికారము కనుక ఉప్పుపన్ను, సురేకారము పన్ను, భూమిమీద సముద్రము మీద రవాణా అయ్యే సరుకులపైన సాయరుసుంకములు, సారాపైని, నిషేద ద్రవ్యములపైన అబ్కారీ పన్ను, భోగద్రవ్యాలపైన (excise)ఎక్సైజు పన్ను వ్యక్తులపైన, వృత్తులపైన మొతర్పా పన్ను సంతలు బజారులు మార్కెట్లు వగైరాలపైన పన్నులు విధించడానికి రాజాధిరాజులైన కంపెనీ వారే అధికారులన్నీని, పోలీసు వగైరా, సేనలకు సంబంధించిన లాఖిరాజు ఈనాములు, ఇతర మాన్యాలు ఉంచడం తీసివేయడము కంపెనీవారిదే అధికారమనిన్నీ అందువల్ల ఈ పద్దులకు సంబంధించి ఆదాయమును మినహాయించి పేష్కష్ విధిస్తున్నామనిన్నీ శాసించారు. ఈ షరత్తులతో జమీందారులకు శాశ్వత పట్టానిచ్చారు. వారికి పోలీసు,

కావలి అధికారాలతో సంబంధము లేదు గాని వారి మేజస్ట్రేటులకు సహాయమ చెయ్యాలి. ఈ విధంగా వారిని పెద్ద భూస్వాములు గా చేశారు.

గ్రామకరణాలకు తాశిల్దారుక్రింద నెలజీత గాండ్రగా చేశారు. ప్రతి జిల్లాలోను న్యాయ పరిపాలనకు జడ్జీలనేర్పరచారు. అప్పట్లో ఈ జిల్లా కోర్టుల జడ్జీలు ఒక వెయ్యి రూపాయల దావాలను పరిష్కరించేవారు. వారి పైన మచలీ బందరులో ఉత్తరఖండపు ప్రావిన్షియల్ కోర్టును, చెన్నపట్టణంలో సదర్ అదాలత్ కోర్టును కూడా స్థాపించారు. చిత్తూరులోను తిరుచినాపల్లిలోను ప్రావిన్షియల్ కోర్టు స్థాపించారు. ఈ ప్రావిన్షియల్ కోర్టులు 5 వేల రూపాయలు విలువ గల దావాలను విచారించే అధికారము, జిల్లా కోర్టుతీర్పుపైన అప్పీళ్లను విచారించే అధికారమునిచ్చారు. జిల్లా జడ్జి కోర్టులోను ప్రావిన్షియల్ కోర్టులోను రిజిస్టరు లనే వారనుకోర్టు వ్యవహారాలకు అసిస్టెంటు జడ్జీల అధికారము నిచ్చారు. మద్రాసు సదరు అదాలత్ కోర్టులకు ప్రావిన్షియల్ కోర్టు తీర్పులపై అప్పీళ్లు విచారించుటకు, 45 వేల రూపాయల విలువగల పెద్దదావాలు విచారించే అధికారము, కొన్ని కేసులు ప్రావిన్షియల్ కోర్టులకు పంపించే అధికారమునిచ్చారు. సదరు కోర్టులో ముగ్గురు జడ్జీలు నియమింప బడినారు. రిజిస్ట్రారు అనే అధికారిని నియమించారు. కానీ ఈ జడ్జీలందరూ తెల్లదొరలే. పైకోర్టులు కొన్ని దావాలను విచారణకోసం క్రిందికోర్టుకు పంపవచ్చును. జిల్లాజడ్జీకి పోలీసులపై అధికారమునిచ్చి జిల్లా మెజిస్ట్రేటు గా నియమించారు. ఆయన క్రింద రిజిస్టరు అనే దొర సహాయ జడ్జిగా నుండేవాడు. అతడు 200 రూపాయల దావాలను విచారించేవాడు. అతడు సహాయ మేజిస్ట్రేటు గా నుండే వాడు.

1802 సం.లో 80 రూపాయలకు మించని చిన్న దావాలను విచారించి పరిష్కరించటానికి Auxillary Courts లలో నేటివ్ కమీషనర్లనే న్యాయోద్యోగులను నియమించారు. వీరి తీర్పు పైన జిల్లా జడ్జిలకు అపీలుండేవి.

దేశపరిపాలనకు, న్యాయపరిపాలనకు అవసరమైన రెగ్యులేషన్లు అనే శాసనాలను ప్రతియేటా చేసేవారు. వాటికి తెలుగు, అరవము, హిందుస్తానీ తర్జుమాలు కూడా ప్రకటించేవారు.

1809 సం. లో సదర్ అమీను లేక హెడ్ నేటివ్ కమీషనర్లును నియమించి వారికి నూరు రూపాయలు విలువగల దావాలను పంపి పరిష్కరింపజేసే అధికారము ఇచ్చారు

1816 వ సం. లో జిల్లా మునసబులనే దేశీయొద్యోగులను నియమించి రూ. 200 లు విలువగల భూమి తగాదాలు , వ్యక్తుల ఆస్తి తగాదాలు సాలుకు 20 రూ. విలువగల లాఖిరాజు యినాము తగాదాలు తీర్మానించే అధికారము నిచ్చారు. రు. 20 లు విలువగల దావాలలోను 0 రూ. విలువగల లాఖిరాజు దావాల్లో వారి తీర్పు ఖాయం. అంతకు పైబడిన వానిపై న జిల్లా జడ్జీకి అప్పీలు.

వంగరాష్ట్రములో చేసినట్లే దేశం లో 20 చదరపుమైళ్ల నొక పోలీసు మండలముగా చేసి దానికొక దారోగా నేర్పరిచారు. అతని నెల జీతం రు. 25 లు. నేరమ చేసి వారిని పట్టు కొని ఆస్తి పట్టుకుని వారికి శిక్షవేయిస్తే వారికి కమీషను ఇచ్చేవారు. దరోగా క్రింద బంట్రౌత్తులుండేవారు. పోలీసులపై అధికారము మేజిస్ట్రేటులకధికారము. 1802 వ సం. లో జిల్లా జడ్జికే ఇచ్చారు. క్రిమినల్ నేరములలో జిల్లాజడ్జి 10సం. ల కఠిన శిక్ష, 30 పేము బెత్తము దెబ్బలను శిక్ష విధించవచ్చును.

అప్పట్లో కలెక్టర్లకు పోలీసులపై అధికారాలు నేరముల విచారించే మేజస్ట్రేటు అధికారములు లేనందున కలేక్టరుల పట్ల వారి క్రింది ఉద్యోగుల పట్ల ప్రజలకు భయభక్తులు లేకుండా వున్నవని అలోచించి 1816 సం. లో ఆ అధికారాలను జిల్లాజడ్జినుండి తీసివేసి జిల్లా కలెక్టరులకివ్వడంతో కలెక్టరులు వీరి క్రింది శిరస్తాదారుల తాశీల్దారులు కూడా పోలీసు ల పై అధికారం కలిగి మేజస్ట్రేటులు గా వ్యవహించడానికి వీలైనది. అందువల్ల ప్రజలలో జిల్లా కలెక్టరు పట్ల "హుజూర్" "ఏలినవారు" అని భయభక్తులతో మెలగ సాగినారు. కలెక్టరు కచేరీలోని ఉద్యాగులందరిని హుజారు అధికారులు గా గౌరవింప సాగిరి. 1817 సం. లో VII నెంబరు రెగ్యులేషను వల్ల హిందూ దేవాలయాలను ధర్మాదాయలను మహమ్మదీయ ధర్మాదాయలను, విద్యాభివృద్ధి కోసం చేయబడిన దానాలు ఇవ్వబడిన మాన్యాలు, escheats మొదలైన వసుతులు గాని నిర్వహింప బడుచున్నవో లేవో విచారించి సద్వినియోగించటానికి మద్రాసు లోని రివిన్యూ బోర్డు వారికి అధికామివ్వబడినది. బోర్టువారీ అధికారమును జిల్లా కలెక్టరులకిచ్చి తాము పర్యవేక్షణ చేయసాగినారు.

ఇలాగ అనేక అధికారాలు కలెక్టరులకు సంక్రమింపజేసే రెగ్యులేషనులు ప్రతియేటాచేస్తువుండడము వల్ల వారు జిల్లా పరిపాలకులుగా తయారైనారు.1822 వ సం. లో రివిన్యూ వ్యవహారాల లో ఉద్యోగులు జరిగించే అవినీతి, లంచగొండి తనము, దస్తుఫాజులు వగైరా నేరములు విచారణ చేయు అధికారమును కలెక్టరులకిస్తూ IX of 1822 రెగ్యులేషన్ చేయటం తో జిల్లాలోని సర్కారు ఉద్యోగులందరిపైన జోక్యము చేసుకోడానికి అధికారాలు ఏర్పడినవి. ప్రజలు కలెక్టరులను హుజూరు అని సంభోదించటంలో ఆశ్చర్యంలేదు.

1793 సం. వరకూ ఉత్తరసర్కారులు మచిలీపట్టణం లోని కంపెనీ చీఫ్ ఇన్ కౌన్సిల్ పరిపాలన క్రిందనుండేవి. 1794 సం. లో గుంటూరు, మచిలీ పట్నం జిల్లాలుగా విభజించారు. మచిలిపట్నం కలెక్టరు తో పాటు రాజమండ్రీ, కాకినాడ మొగలితుర్రు లలో డివిజనల్ కలెక్టర్లుండే వారు.

రాజమహేంద్రవరం జిల్లా కలెక్టరు

1794 సంవత్సరములో కాకినాడ డివిజనుకు నియమింపబడిన కలెక్టరు పెద్దాపురం, పిఠాపురం అనే రెండు జమీందారీల వ్యవహారాలు పైన అధికారం కలిగి వుండేవాడు. రాజమహేంద్రవరం డివిజనుకు నియమింపబడిన కలెక్టరు గోదావరి కిరుప్రక్కలా గల దేశభాగానికి నూజివీడు దాకా అధికారి. మొగలితుర్రు డివిజనుకు నియమింపబడిన కలెక్టరు కంపెనీ రాజ్యంలో కలుపబడిన మొగలితుర్రు సంస్థానము భాగములుగానుండి నేటి పశ్చమ గోదావరి జిల్లా దేశ భాగానికి అధికారి.

1820 సంవత్సరములో ఈ మూడు డివిజనులను కలిపి రాజమహెంద్రవరం జిల్లాగా చేశారు. కలెక్టరు మఖ్యపట్టణము కాకినాడగా చేశారు. ఈ కొత్త జిల్లా కలెక్టరు అధికార మండలము గోదావరికి రెండు ప్రక్కలను నేటి కృష్ణాజిల్లాలోని నూజివీడు వరకు వ్యాపించి వుండేది. దానికివితల దేశాన్ని మచిలీపట్టణం జిల్లా అనేవాళ్లు. 1859సం. లో జిల్లాలు పునర్విభజన చేసినప్పుడు రాజమహెంద్రవరం జిల్లాను గోదావరి జిల్లా అని మచిలీపట్నం జిల్లాను కృష్ణాజిల్లా ఆని వ్యవహరించారు.

ఇలాగ జిల్లా కలెక్టర్ల అధికార మండలము పెరుగుతూ ఆయన జిల్లాకు సర్వాధికారి కావడము వల్ల హుజూరు కచ్చేరీలో అనేక శాఖలేర్పడి దేశీయోద్యోగులను నియమిస్తూ వుండడము సంభవించినది

❖ తిమ్మరాజుగారికి హుజూరు కచ్చేరీలో వుద్యోగం సంపాదించాలని బుద్ధి పుట్టింది.

❖ హుజూరు కచేరీ ఉద్యోగలు వారి జీతములు: అనుబంధము చూడుడు

హుజూరు కచ్చేరీలో వుద్యోగం సంపాదించడం అంత సులభమైన పనికాదు. పూర్వం నవాబుల కాలంలో వారినాశ్రయించి ఉద్యోగాలు సంపాదించిన మహారాష్ట్ర దేశస్థబ్రాహ్మణులు, మాధ్వులు. వారికి శాఖాభిమానం హెచ్చు. వారు తమ శాఖవారిని తమతో సంబంధ బాంధవ్యాలుగల కరణ కమ్మవేపారులను గోల్కొండ వేపారులను తప్ప ఇతరులను చేరనిచ్చేవారు కారు. ఇంగ్లీషుకంపెనీ పరిపాలన ప్రారంభంలో ఈ దేశస్థ వేపారి పంతుళ్లు కంపెనీ దొరల దగ్గర దుబాషులు గాను, మునిషీలు గాను వుండి మద్రాసు రాజధానిలోని అన్ని జిల్లాలలోను హుజూరు కలెక్టరు కచేరీలలో శిరస్తాదారు మొదలైన పదవులు సంపాదించి అన్ని ప్రభుత్వ శాఖలలోను తమ వారినే చేర్చ సాగినారు. ఈ దేశస్థులు చాల తెలివైనవారు లెఖ్కలలో నిపుణులు. ఇతర భాషలను సులభంగా నేర్చుకునేవారు దొరల చిత్తానుసారంగా మెలగుతూ వారి అను గ్రహం సంపాదిచేవారు. వారంతదరూ ఒక కట్టు గానుండేవారు. తాశిల్దారులు,అమీనులు ఠాణేదారులు కూడా చాలమంది వేపారులే. కొద్దిమంది ఇతర శాఖ బ్రాహ్మణులుండేవారు. కచేరీలో ఉద్యోగంలో చేరాలంటే అక్కడ బంధువులుండాలి లేక గొప్ప

సిఫారసుండాలి. అక్కడ ముందుగా ఉమ్మేదువారి లేద జీతములేని వాలంటరీగా చేర్చుకుని కచేరి పని నేర్చి తరువాత స్వల్పజీతం గల మదద్గారులనే సహాయ గుమాస్తాగా పనిచెప్పిస్తారు. తరువాత అతని అదృష్టమును బట్టి ప్రమోషన్లు జరుగుతాయి. అందులో కూడా సిఫారసులుండాలి. ప్రతి కచేరీలోను ఇంగ్లీషు తెలుగు విభాగముల కరెస్పాండెంట్సు, రికార్డు కీపరు ఉద్యోగాలుండేవి. కొద్ది పాటి ఇంగ్లీషు వచ్చినవారికిచ్చేవారు. ఆ రోజులలో నూరు ఇంగ్లీషుమాటలు వస్తే చాలు క్రమక్రమంగా భాష నేర్చుకోవచ్చు. ఆ కాలంలో చాలామంది శిరస్తాదారులకు కూడా హెచ్చు ఇంగ్లీషు రాదు.

తిమ్మరాజుగారు నియోగియైనందువలననూ అప్పట్లో ఆయనకు సిఫారసు చేసే బంధువులెవ్వరూ లేనందునను ఆయన స్వశక్తి పైన ఆధారపడి హుజూరు కచేరీలో ఉద్యోగం సంపాదించవలసి వచ్చింది. అదృష్టవశాత్తు ఆయన కోర్టులో జిల్లా జడ్జి గారి అనుగ్రహం కలిగినందువల్ల వారివల్ల సిఫారసు సంపాదింప గలిగారు.

తిమ్మరాజుగారు జిల్లాకోర్టు ఉద్యోగములోనే స్థిరముగానుండేదానికన్న జిల్లా కలెక్టరు కచేరీలో చేరితే క్రమాభివృద్ధి పొంది పైకి రావచ్చునని గ్రహించి అప్పట్లో జిల్లా జడ్జిగానున్న వైబార్టు దొరగారికి తనకోరికను విన్నవించి జిల్లా కలెక్టరుకు సిఫారసు చేయమని ప్రార్ధించగా వైబార్టు దొర గారు ఆ ప్రకారం కొత్త జిల్లా కలెక్టరు గారైన (G.M.C. Robertson) రాబర్టుసన్ గారికి తిమ్మరాజుగారు బుద్ధిమంతుడని తెలివి కలవాడని ఇంగ్లీషు వచ్చిన వాడని సిఫారసు చేయగా కలెక్టరుగారు తమ కచేరీలో ఇంగ్లీషు రికార్డు కీపరుగా తిమ్మరాజుగారిని నియమించారు.

ఆ కాలంలో హుజూరు కచేరిలో రికార్డుల శాఖను దఫ్తార్ ఖానా అనేవారు రికార్డు కీపరును దఫ్తార్ దార్ అనేవారు. నేటీవు రికార్డుకీపరు జీతము నెలకు రు. 30లు. ఇంగ్లీషు రికార్డు కీపరు జీతము రు. 35లు.

కాకినాడ

క్రొత్తగా ఏర్పడిన రాజమహేంద్రవరం జిల్లా చాలా పెద్దది. రాజమహేంద్రవరంలో అదివరకే జిల్లాకోర్టున్నది. అది చరిత్ర ప్రసిద్ధమైన పట్టణము. కాకినాడ కన్నా పెద్దది. అయినప్పటికీ కాకినాడ సముద్రతీరమునున్న రేవు పట్టణమైనందువల్లను పిఠాపురం పెద్దాపురం జమీందారీలకు దగ్గరగానుండి వారి వ్యవహారములను కనిపెట్టి వుండడానికి వీలని అదివరకే కాకినాడలో డివిజను కలెక్టరుకచేరి వున్నందువల్లను ఈ క్రొత్త జిల్లాకు కాకినాడనే ముఖ్యపట్నంగా చేయడానికి నిశ్చయించారు.

క్రొత్త కలెక్టరు గార్రైన G.M.C రాబర్టుసన్ గారు 1820 నుండీ 1824 వరకూ కాకినాడ లో కచేరీవుంచి తాము గుర్రమునెక్కి జిల్లా అంతటా పర్యటనం చేసేవారు. కలెక్టరు గారు కాకినాడను అభివృద్ధి చెయ్యాలని సూచించగా ఉద్యోగలు వర్తకులు పట్టణము లోని ప్రముఖులు పాత కాకినాడ చాలా ఇరుకుగా నున్నందువల్ల కలెక్టరుగారి పేరుతో రాబర్టుసన్ పేట ను నిర్మించడానికి నిశ్చయించారు. 1822 సం. జూన్ నెలలో ఆ పేట లో ప్లాట్లువేసి నివేశ స్థలాలు ఇవ్వడం కలెక్టరుగారి పర్యవేక్షణక్రిందనే జరిగింది. అప్పటికి కొంతకాలం నుంచీ కలెక్టరు కచేరీ లో ఉద్యోగం చేస్తూవున్న తిమ్మరాజుగారికి ఆ పేటలోని రాజవీధిలో తూర్పు ముఖముగా ఉత్తర దక్షిణాలకు 60 గజముల వెడల్పు తూర్పుపడమరకు 129 గజముల పొడవు గల 7740 చదరపు గజాల నివేశ స్థలమును 1822 సం. జూన్ నెలలో మంజూరు చేశారు. ఈ నివేశ స్తళము పెద్దదిగానున్నందున పట్టా పొందడంలో తిమ్మరాజుగారు తమ తమ్ముడైన రాజన్నగారి పేరుతో గూడా పట్టా జారీ చేయవలసినదని కోరగా ఆ ప్రకారం 08-12-1824 తేదీన స్టాంపు కాగితముమీద G. M.C రాబర్టుసన్ గారు దస్కతుతో తిమ్మరాజు రాజన్న గార్ల పేర పట్టా ఇవ్వబడినది. ఈ నివేశ స్థళము వున్న రాజవీధికి ఉత్తరపు కొనలో 1828 సం. లో శ్రీత్రిపురసుందరి సమేతులైన శ్రీ శ్రీ భీమేశ్వరస్వామి వారి దేవాలయం నిర్మించబడినందువల్ల ఆ వీధిని (టెంపుల్ స్ట్రీట్) దేవుడుగుడివీధి అని అప్పటి నుండి వ్యవహరిస్తున్నారు. ఆ నివేశన స్థలములో తిమ్మరాజు గారు రెండు మండువాల భవంతిని నిర్మించారు.

తిమ్మరాజు పంతులు గారి జీవిత విశేషాలు

తిమ్మరాజు పంతులు గారు వ్రాసిన 13-01-1856 తేదీగల వీలునామా వల్లను ఆయన తమ్ముడు రాజన్నగారు అన్నగారి స్వార్జితపు ఆస్తిలో భాగంరావలనే వాదన వదలుకొని అన్నగారి పేర వ్రాసి ఇచ్చిన 11-08-1849 తేదిగల ఖరారు నామా వల్లను తిమ్మరాజుగారి జీవిత విశేషాలు కొన్ని తెలుస్తున్నవి గాని ఆయన ఏఏ ఉద్యోగాలు ఏఏ సంవత్సరాలలో చేశారో ఆతేదీలు లేవు. ఆలాగే ఆయన నిర్వహించిన కార్యకలాపాల తేదీలున్ను లేవు. అందువల్ల కొన్ని సంగతులు ఉహించి వ్రాయవలసి వస్తున్నది. తిమ్మరాజుగారు రాజమహెంద్రవరం జిల్లకోర్టులో 1811-1820 సం మధ్య కాలం లో వివిధ ఉద్యోగాలు చేసినట్లు స్పష్టము గా తెలుస్తున్నది. అలాగే 1820సం. నుండీ కాకినాడలోనున్న జిల్లా కలెక్టరు కచేరీలో రికార్డుకీపరునూ, వివిధ ఉద్యోగాలు చేసినట్లు న్నూ తెలుస్తున్నది#. తాము సొల్టు రైటరీ- అమలుదారీ నాయబు శిరస్తదారీ హెడ్ శిరస్తాదారీ వగైరా పనులు చేశామని వీలు నామాలో వ్రాశారే గాని తారీఖలు వ్రాయలేదు.

❖ అమలుదారనగా తాశీల్దారు

రాజన్నగారు తిమ్మరాజుగారి కన్నా రెండుమూడేండ్లు చిన్నవారైయుంటారు. బహశః వారికన్న అప్పన్న రెండు మూడేళ్లు చిన్నవాడని తెలుసుకోవాలి. వారు జన్మించిన తేదీలు లేవు. రాజన్నగారిని స్వగ్రామమునుండి తీసుకొనివచ్చి అన్నగారు చదువు చెప్పించి వివాహం చేశారని ఆయన వ్రాశాడు. బహుశః రాజమండ్రీలో వున్నప్పుడే చదువు చెప్పించి వివాహం చేసి యుంటారు. చిన్న తమ్ముడైన అప్పన్నగారికి ఉపనయనము, వివాహము, చేయడము, చదువు చెప్పించడము కూడా రాజమహేంద్రవరంలోనే అయి వుంటుంది. తండ్రిగారి ఋణములన్నీ తీర్చడము కాకినాడలో ఉద్యోగం చేస్తున్నప్పుడైయుంటుంది. తిమ్మరాజు పంతులుగారికి ఆకాలం నాటి పిల్లలందరివలెనే ఐదవ ఏట అక్షరాభ్యాసము గర్భాష్టమమున ఉపనయనము జరిగివుంటుదనే దానికి సందేహము లేదు. అందువల్ల ఆయన స్వగ్రామం వదలిపెట్టేనాటికే ఉపనయనం జరిగి వుంటుంది. తిమ్మరాజుగారికి ప్రథమ వివాహము ఏప్పుడైనదీ తేలియడంలేదు. ప్రథమ భార్య వెంకమ్మగారెప్పు కాలంచేసినదీ, ద్వితీయ భార్య అచ్చమ్మగారినెప్పుడు పెండ్లి చేసుకున్నారో ఆమెప్పుడు కాలం చేసినారో కూడా తేలియటం లేదు. సవతి తల్లులకు తద్దినం పెట్టుతున్నట్లుగా మా తండ్రిగారి దిన చర్య పుస్తకం లో వ్రాయటంవల్లను తమ తల్లి సీతమ్మగారిని గూర్చి వ్రాయటంవల్లను తిమ్మరాజుపంతులుగారికి మూడు వివాహములైనట్లు నాకు తెలిసినది.

సీతమ్మగారి వివాహమెప్పుడైనదో అమె కాపురానికెప్పుడు వచ్చారో కూడా తెలియదు. అయితే సీతమ్మ గారి సంతానమైన మా పెద్ద తండ్రిగారు, మా మేనత్త గారు, మా తండ్రిగారు పదెసి సంవత్సరాల యెడముగా జన్నించి నట్లు కనబడుతున్నది. మా పితామహుడు నేటి పశ్చిమగోదావరి జిల్లాలోని చింతల పూడి నుండి తమ పురోహితుడైన కొత్తపల్లి సూరావధానులు గారిని కాకినాడ రప్పించడము వారి కక్కడ వసతి కల్పించడము భూమి నివ్వడము జపతపాలు చేయించడము. సాంబశివుని అనుగ్రహము పొందాలని శ్రీ శ్రీ భీమేశ్వరస్వామి వారిని కాకినాడ రప్పించి దేవాలయం నిర్మించి నిత్య నైవేద్యం, అర్చనలు జరిగించేవారు. అమ్మవారికి లక్ష కుంకుమ పూజ పురస్కారాలు చేయించేవారు. సంతానాపేక్షతోనే జపతపాలు చేయిస్తూ శివప్రతిష్ట చేసి దేవాలయ నిర్మాణంచేశారని నాకు తోచుచున్నది. తిమ్మరాజుగారికి శ్రీ శ్రీ భీమేశ్వరస్వామి అనుగ్రహమువలన పుత్ర సంతానము కలిగినది. 17-05-1829 తేదీన జన్మించిన ప్రథమ పుత్రునికి వెంకట శివరావు అని నామకరణమచేశారు. ఆయనకు బాలసార మొదలైన సంస్కారాలు, జపతపాలు చాల సొమ్ము ఖర్చు పెట్టి చేశారు. అక్షరాభ్యాసం 5వ ఏటనే చేశారు. గర్భాష్టమమునే ఉపనయనము ఛేశారు. బాల్యములోనే వివాహము చేశారు. శివరావు గారు కాకినాడలోనే చదివారు. కొద్దిపాటి ఇంగ్లీషు కూడా అభ్యసించారు.

అయితే ఆయన వ్యవహార పత్రాలన్నీ తెలుగులోనే వ్రాశారు. మంచి దస్తూరితో వ్రాశేవారు. ఇంగ్లీషులో సంతకము చేసిన పత్రములు, ఉత్తరములు కొన్ని మాఇంట్లో నాకు కనబడినవి. ఆయన ఇంగ్లీషులో ఒక రబ్బరు ముద్ర తయారుచేయించారు వృషభవాహనముగల సాంబశివుని విగ్రహం చెక్కించారు.

తిమ్మరాజుగారి ఉద్యోగములు

తిమ్మరాజుగారు రాజమండ్రీ కోర్టులో ఉద్యోగము చేస్తువున్నరోజులలో తమ తమ్ముడైన రాజన్న గారిని కొయ్యూరునుండి తీసుకుని వచ్చి చదువుచెప్పించి వివాహం చేశారు. తండ్రిగారి ఋణములు కొన్ని తీర్చారు అప్పన్న గారిని కూడా తీసుకువచ్చి ఆయనకు ఉపనయనము, వివాహము చేసి చదువుచెప్పించారు గానీ అప్పన్నగారు మనస్థిమితము లేక దేశాంతరాలకు వెళ్లిపోయారు. కలెక్టరైన ఆఫ్బీగారితో చెప్పి రాజన్నగారికి 1-03-1829 న కాకినాడ తాలుకా లో పేష్కరు ఉద్యోగమిప్పించారు. పేష్కరు తాశీల్దారు క్రింద ఉద్యోగం. రాజన్నగారు,భార్య తిమ్మరాజుగారింట్లోనే భోజనం చేసేవారు. తిమ్మరాజుగారికి 17-05-1829 తేదీన ప్రథమ పుత్రుడు కలిగాడు. అటుతరువాత కొన్నాళ్లకు రాజన్నగారికి తిమ్మరాజుగారు కట్టుకున్నభవంతి లో తనకు కూడా వాటాకోరాలనే దురాలోచన కలిగి దుర్వాదనలు ప్రారంభించారు. 19-11-1834 తేదీన తిమ్మరాజు గారు తో ఈ విషయం లో తగదా పడి రాజన్నగారు వేరింటి కాపురం కెళ్లారు. తిమ్మరాజుగారితో మాట్లాడటం మానేసినారు. రాజన్నగారు 1849 నాటికి పెద్దాపురం తాశిల్దారైనారు. అప్పట్లో ధవళేశ్వరం ఆనకట్టకు జిల్లా తాశిల్దారులందరూ సున్నము రాయి, కూలీజనమును సప్లై చేసి పంపవలసి యుండేది. రాజన్నగారికి బ్రహ్మ చెముడు వచ్చినది, భార్య పోయినది. మళ్లీ పెళ్లి చేసుకున్నారు. ఆనకట్టకు సున్నము, రాయి కూలిజనం సప్లైచేయడం లో ఆలశ్యం జరిగినదని సబుకలెక్టరు ఆయనను తాశీల్దారు ఉద్యోగంనించి బర్తరఫ్ చేయవలసినదని పెద్దకలెక్టరు Penderghast గారికి సిఫారస్ చేశాడు. అప్పట్లో తిమ్మరాజుగారిపై పెద్దకలెక్టరుగారికి చాల గౌరవముండేది. అంతట తిమ్మరాజుగారీ విషయం చెప్పగా పెద్దకలెక్టరు గారు ఆయనకు తాశీల్దారీ బాధ్యతలు లేకుండావుండా వేరే ఉద్యోగమునునివ్వాడానికి రివిన్యూ డిపార్టుమెంటుకు ఉత్తర్వులు జారీచేశాడు. ఆ సమయంలో రాజన్నగారికి పశ్చాత్తాపం కలిగి తనకు తెలిసిన సంగతులన్నీ వివరిస్తూ తిమ్మరాజు గారి ఆస్తులలో తనకు హక్కు లేదని అంగీకరిస్తూ 11-08-1849 తేదీన ఖరారునామా పత్రం వ్రాసి ఇచ్చారు.

తిమ్మరాజు గారు కాకినాడ కలెక్టరు కచ్చేరీ లో ఏప్పుడెప్పుడు ఏఏ ఉద్యోగములు చేశారో వివిరాలు తెలియటం లేదు గాని అయన అకౌంటెంటుగా,హెడ్ కాష్యరు గా ఇంకా ఇతర హోదాలలో ఉద్యోగము చేశారని తెలుస్తున్నది. పెద్ద కలెక్టరు క్రింది సబు కలెక్టరు తిమ్మరాజుగారికి ఒక అణా అపరాధం(fine) విధించగా తిమ్మరాజు గారు ఉత్తర సర్కారుల కమీషనర్ కి అప్పీలు చేశారు. అంతట Fine రద్దు చేసి తిమ్మరాజుగారు సర్కారు జిల్లా లో నీతి నిజాయితీ గల సమర్ధుడైన ఉద్యోగి అని సర్టిఫికెట్ ఇచ్చారు. అంతట పెద్ద కలెక్టరైన పెండర్ ఘాస్టు గారు 1850 లో పిఠాపురం రాజా సూర్యారావు గారు చనిపోగా తిమ్మరాజుగారిని రూ. 250లు జీతముపై Court of Wards Manager ఉద్యోగం ఇచ్చారు.

శ్రీ భీమేశ్వరాలయం

శ్రీ తిమ్మరాజు పంతులు గారు 18-10-1828వ తేదీకి సరియగు శాలివాహన శకాబ్దము 1750 సర్వధారి నామ సంవత్సర ఆశ్వయుజ శు 10 స్థిర వారము తేదీగల కాకినాడ లో శ్రీ బాలత్రిపుసుందరి సమేత శ్రీ భీమేశ్వర స్వామివారి ఆలయ గోడలో నున్న శిలా శాసనమును బట్టి ఆయన శిలామయ మంటపమును కట్టించి ఇచ్చినట్లు కనబడుతున్నది.

శాలివాహన శక 1753 ఖర నామ సం. చైత్ర శు 1 జయవారమునకు సరి యగు ది 15-03-1831 తేదీగల మరియొక శిలాశాసనము వల్ల ఆయన శిలామయ శ్రీ ముఖ్యాలయ శ్రీ మజ్జగ జన్యాలయ కళ్యాణ మంటప శ్రీ గోపుర ప్రాకారాదులు నిర్మాణముచేసినట్లు శ్రీ స్వామివారికి సమర్పించినట్లు కనబడుచున్నది. శ్రీ త్రిపుర సుందరి సమేత శ్రీ భీమేశ్వరాలయము కాకినాడలో పెద్ద బజారునుండి వచ్చేవీధిన్ని దేవుడి గుడివీధిన్నీ కలిసే మొగనున్నది. ఈ ఆలయగోపురము చాల ఎత్తైనది. చెక్కుడు రాళ్లతో నిర్మాణము చేయబడినది. లోపలకు వెళ్లన తరువాత శ్రీ బాలత్రిపుర సుందరి ఆలయము, శ్రీ భీమేశ్వర స్వామివారి ఆలయము వారి ముందర కళ్యాణ మండపము చుట్టు ప్రదక్షిణ చప్టాగాక ఇంకా కుమారస్వామి వారి ఆలయము మొదలైన దేవాలయములు చాలా విశాలమనైన స్థలములో అర్చకుల ఇళ్లు వాహనముల కొట్లు మొదలైన కట్టడములున్నవి.

ఈ దేవాలయనిర్మాణవిషయంలో మా ఇంట్లో ఒక గాధ వాడుకలోనున్నది. 1827-30 సంవత్సరముల మధ్య రాజ మహేంద్రవరం కలెక్టరు గానుండిన ఆన్ స్టే (Anstay) దొరగారి దగ్గర తిమ్మరాజుగారు ఉద్యోగిగా నుండి ఆయన అనుగ్రహపాత్రుడై యుండి తాను దేవాలయం నిర్మిస్తున్నాననిన్నీ దానికి కావలసిన రాయి, సున్నము కోసం ప్రయత్నిస్తున్నాననీ్న కాకినాడ దగ్గరలో సర్కారు పోరంబోక లో తవ్వి తే దొరుకుతాయని తనకు కల వచ్చినదని వాటిని త్రవ్వితీసుకునటానికి అనుజ్ఞ ఇవ్వవలసినదని తిమ్మరాజుగారు అభ్యర్థించగా నవ్వి "మీరు త్రవ్వించి ఆ భూమిలో అలాంటివేమైనా కనబడితే స్వేఛ్ఛగా తీసికొని పోవచ్చు" నని చెప్పినాడట. ఆ ప్రకారం త్రవ్వగా చెక్కుడు రాళ్లు సున్నము బయల్పడినవని కలెక్టరుగారాశ్చర్యపడ్డారని మా కుటుంబములోని పెద్దలు చేప్పేవారు. తిమ్మరాజుగారు దేవాలయనిర్మాణం విషయంలో ఆలోచనతో తపిస్తూనుండే వారనే దానికి సందేహంలేదు. గోదావరి జిల్లాలో ద్రాక్షారామం వగైరా స్థలాలలో నూ ఇంకా పలుచోట్లను అనేక పురాతన దేవాలయాలు, జైన బౌద్ధ దేవాలయములు శిధిలమై పూర్వకాలంలో ఎవరో దేవాలయ నిర్మాణం

చేయవలయునని యత్నించి రాళ్ళు సున్నము సంపాదించిన తరువాత నిర్మాణము నకు రోజులు కలిసిరాక ఆ సామాగ్రిని పూడ్చి పెట్టు సంప్రదాయం దేశంలో నున్నది. అదేవిధంగా పూడ్చి పెట్టివుంటారు. తిమ్మరాజుగారు ఏకాగ్రచిత్తంతో తపిస్తూవుండంవల్ల దైవ బలంతోడ్పడి కలలో ప్రసన్నుడై ఫలానా చోట త్రవ్వి రాళ్ళు సున్నము తీసుకొని దేవాలయ నిర్మాణం పూర్తిచేయమని చెప్పడం కూడా సంప్రదాయ సిద్ధ మైన విషయం కాబట్టి ఆ విధంగా జరిగి వుండవచ్చును. పడిపోయిన దేవాలయం రాళ్లు ఉపయోగించరు. భూమిలో పూడుచుకునిపోయినవి ఇప్పటికీ కనబడుతూయున్నవి. ఈ రాళ్లు సున్నము అలాంటి పురాతన కట్టడము లైయుండవచ్చును # ఏకాగ్రచిత్తముతో పరితపిస్తున్న తిమ్మరాజుగారు అటువంటి ప్రదేశములను చూచినప్పుడు అక్కడ త్రవ్వితే తమకు కావలసిన రాళ్లు సున్నము దొరకగలవని స్వప్నం రావడం లో ఆశ్చర్యం లేదు. ఆ విషయం వారికి దైవబలంతోడ్పడినదనడానికి సందేహంలేదు.

- #ఈ అభిప్రాయము సరికాదని డా గూడూరి నమశివాయ గారంటున్నారు. వీరిది అర్చకుల కుటుంబము గుడ్లవల్లేరులో శివాలయానికి వీరు ధర్మకర్తలుగావున్నారు.

ఈ సంగతివల్ల మరొక విషయం కూడా తెలియవస్తోంది. అప్పటి కలెక్టరు ఆన్ స్టే గారు దేశీయుల పట్ల కొంచెము సానుభూతి కలవాడని, తిమ్మరాజుగారిపట్ల దయగలవాడని తెలుస్తుంది. 1817 నుండీ హిందూ మహమ్మదీయ మత సంబంధమైన దానధర్మములను escheats న్నూ బేవారసీ ఆస్తిని నిర్వహించే అధికారము రివిన్యూబోర్డు వారికిచ్చి వారికి ప్రతినిధిగా కలెక్టర్లు వ్యవహరించేటట్లు ఒక రెగ్యులేషన్ చేశారు.

క్రైస్తవులైన దొరలకు హిందూ విగ్రహారాధన గిట్టకపోయినా ఉద్యోగ ధర్మమును బట్టి దేవాలయములలో ఉత్సవాలు వగైరా కూడా దగ్గిరుండి జరింపించవలసి వచ్చేది. ఇలాగ దేవాలయాలు నిర్వహణ చేయడం బాగాలేదని క్రైస్తవ మతబోధకులు ఇంగ్లాండులో ఆందోళన చేశారు.1843సం. లో కంపెనీ వారీ దేవాదాయముల నిర్వహణను మానివేశారు.

తిమ్మరాజు పంతులుగారు శ్రీ భీమేశ్వరస్వామి దేవాలయ నిర్మాణానికి తమ స్వంతసొమ్ము చాలా ఖర్చు పెట్టడమే కాక దానికి కావలసిన భూ వసతి వగైరాలు జమీందారుల చేత ఏర్పాటు చేయించారు.

దేవాలయ నిర్మాణంలో అరట్లకట్ట జమీందారు శ్రీ రాజా బుచ్చిసీతయ్యగారి సహాయమును పొందినామని వారు రెండు పుట్ల దుంబాలా మాన్యమును స్వామివారికి పట్టాగా ఇచ్చినారని తమ వీలు నామా లో వ్రాశారు # ఇదిగాక పలివెల జమీందారగారైన శ్రీ రాజా చెలికాని జానయ్య రావు గారు శ్రీ స్వామి వారికి ఒక పుట్టెడు (8 యకరములు) భూమిని దానము చేస్తూ 1831 సం. అక్టోబరు నెల 10వ తేదికి సరియైన ఖరనామ సంవత్సర ఆశ్వయుజ బహుళ 11 నాడు వ్రాయించి ఇచ్చిన పట్టాయున్నూ 1832 సంవత్సరము

అక్టోబరు 22 తేదీ గ్రామ కరణాలకు భూమిని కొలిపించి విడదీసి ఇవ్వవలెనని జారీ చేసిన తాకీదున్ను కొండపల్లి కాగితాలపైన వ్రాసినట్టివి మా రికార్డులో నున్నవి. దీనివల్ల ఆకాలం లో తిమ్మరాజుగారికి జమీందార్ల వద్దగల పలుకుబడి తెలుస్తుంది. 1831 నాటికే ఆయన అంతపెద్ద దేవాలయము ను కట్టించునంతటి శక్తి సంపన్నులుగా నుండిరని కూడా యెంచవచ్చును. ఆయన వీలునామా వల్ల ఆనాటి రాజమహేంద్రవరం జిల్లాలో ని చాలా గ్రామాలలో స్థిరాస్తిని సంపాదించినట్లు కనబడితున్నది. దానినెప్పడెప్పుడు సంపాదించిదీ వివరాలు లేవు.

- ఈ వుయలును వ్రాసిన.......మా నాన్నగారు ధర్మకర్తలుగా మేనేజ్ చేసేవారు. అది ఇప్పటికీ వున్నది.

తిమ్మరాజు గారి స్థిరాస్తి – దాన ధర్మాలు

కాకినాడలో పులవర్తి పేరంటాలు తమకు చాలా సొమ్ము బాకీ పడిదాని క్రింద తన స్థలము దఖలు పరచగా ఆందులో విస్తారముగా సొమ్ము ఖర్చు చేసి కొట్లు కట్టించారు. కాకినాడలో ఒక పెద్ద నివేశన స్థలమును చెలంకూరి మాధవరాయుడు గారి వద్ద ఖరీదు చేసి క్రొత్తపల్లి సూరావధానులు, మైలవరపు సూరావధాన్లు వగైరా ఆర్గురు బ్రాహ్మణులకు ఇండ్ల నివేశ స్తళముగా యేర్పాటుచేసి వారికి కొంత సొమ్ము కూడా ఇచ్చి ఇండ్లు కట్టించి శ్రీ భీమేశ్వరకృత్యముగా అగ్రహారము నిర్మాణము చేసి ఇచ్చి నారు. కాకినాడలో మల్లాది పేరమ్మ తాలూకు స్థలము ఆయనకు దఖలు పడగా అందులో ఎవరేవరు వచ్చిపోయే బటసారులు వగైరాలు పండుకొని భోజనములు చేయటకు సదుపాయముగా వుండగలందులకు శ్రీ భీమేశ్వరస్వామి కృతంగా ధర్మసత్రము లోగిలి కట్టించి అందులో కొన్ని గృహోపకరణములు వగైరాలు ఖరీదు చేసి వుంపించినారు.

కాకినాడలో దామరాజు రంగయ్యగారి తాలూకు స్థలము ఆయనకు విక్రయ రూపముగా దఖలు పడినందున ఆస్థలము పెద్దిభట్ల సుబ్బావధాన్లు గారు లోగిళ్లు కట్టుకొని ఆయన అనంతరం ఆయన కొమ్మాళ్లు శ్రీభీమేశ్వరార్పితముగా భుక్త పరచుకోగలందులకు ఆసుబ్బావధాన్లుగారి పట్టా ఇచ్చారు.

మురుమళ్లలో పూర్వము ఆయన సంపాదిచిన కట్టు బడిమాన్యము (ముప్పందుము) తమ పౌరోహితుడుయిన క్రొత్తపల్లి సూరావధాన్లు గారికి అదివరకే సాంబశివార్పతముగా పట్టా వ్రాయించి ఇచ్చినానని వీలు నామాలో వ్రాసినారు.

క్రొత్తపల్లి వారు మొన్న మొన్నటి వరకూ మాకు పురోహితులు. క్రొత్తపల్లి వారి అసలు కాపురస్థలము పశ్చిమ గోదావరి జిల్లాలో ఏలూరు దగ్గరగా నున్న చింతలపూడి. ఈ కుటుంబమును మా తాతగారే కాకినాడకు తీసుకొనివచ్చారు. వారక్కడ స్థిరపడ్డారు.

క్రొత్తపల్లి సూరావధాన్లు గారి కుమారుడు వేంకట నర్సయ్య గారు ఆయనకుమారులు రామకృష్ణయ్య, వెంకట పద్మనాభ శాస్త్రి గారు. క్రొత్తపల్లి తిరుపతయ్యగారు రామయ్య గారు కూడా ఆ కుటుబం వారే. వీరిని నేనెరుగుదును. వీరిలో పద్మనాభ శాస్త్రి గారు మా అన్నయ్య తిమ్మరాజు గారితో మా మేనత్త కుమారుడు హైకోర్టు వకీలు శ్రీ తల్లాప్రగడ సుబ్బారావు గారింట చెన్న పట్నంలోనేయుండి తిరువలిక్కేణి హిందూ హైస్కూలు లోనే చదివి తరువాత కోలంక వీరవరం జమీందారు శ్రీ రాజారావు చెల్లాయమ్మా రావుగారికి ఏజంటుగా వుండేవాడు. ఆయనను గూర్చి శ్రీ వావిలకొలను సూబ్బా రావుగారు తమ ఆంధ్రవాల్మీకి రామాయణం లో ప్రశంసించియున్నారు.

శ్రీ తిమ్మరాజుగారు కాకినాడ తాలూకా సర్పవరం వగైరా గ్రామములలో భూములు సంపాదించినారు. అమలాపురం లో కూచిమంచి మల్లయ్య గారి తాలూకు నివేశన స్థలమును పెంకుటి ఇల్లు గాక ఇంకా ఇతరులవద్ద కొన్న నివేశన స్థలములు చాలా ఖరీదు చేశారు. అమలాపురం తాలూకా ముమ్మిడి వరం వీడిపూడి, గంగల కుర్రు, పలివెల, మురుమళ్ల వగైరా గ్రామమాలలో కూడా భూమి సంపాదించ డం జరిగింది. ఆకాలంలో భూమి విలువ చాల తక్కువ

అమలాపురం బంగళా

అమలాపురం లో మాస్టర్ టి.జె. నాక్సు గారు ఖరీదు చేసిన బంగళాతోట నాకు దఖలయిన నివేశన స్థలమున్నూ అందులో వున్న బంగళా కుసినికొట్టు, కక్కూసు, కొబ్బరి చెట్లు, తాటి చెట్లు వగైరాలున్నూ మీరు ఇద్దరు సమత్వముగా అనుభవిచవలసినది గనుక అందులో నేను వేయించిన కొబ్బరి చెట్లు వల్ల ముందు వచ్చే శిస్తున్నూ ఇదివరలో సదరపా బగాళా కు వస్తూవుండే అద్దె సొమ్మున్నూ మీరు ఇద్దరు సమత్వముగా అనుభవిస్తూ వుండవససినదని తిమ్మరాజుగారు తమ వీలు నామాలో వ్రాశారు. అమలాపురం దొరగారితాలూకు తోట బంగాళాలో

గోదావరి జిల్లాలో దస్తావేజులలో "దఖలయిన","దఖలుపడి" అనే మాటలు క్రయవిక్రయాల ద్వారా గాని ఇతర విధముగా గాని హక్కు సంక్రమించినదనే అర్థంలో వాడు తారు. పుట్టి భూమి అనగా 8 యకరముల భూమి

#కుసిని అనగా ..వంటగది. ఇ ఫ్రెంచి మాట

#కక్కూసు అనగా పాయిఖానా

కోరంగిరేవు –డబుల్ కనాతు బోటు

శ్రీ తిమ్మరాజుపంతులు గారు వ్రాయించిన వీలునామా వల్ల పైన చెప్పిన సంగతులే కాక ఇంకనూ చాలా విశేషాలు తెలుస్తున్నవి. కాకినాడ సముద్రరేవు చాలా మెరకగా వుండుటవల్ల సీమీకు పోయే పెద్ద ఓడలు మూడు మైళ్ల దూరంగా లంగరు వేసేవి. దగ్గరలో నున్న కోరంగి రేవు చాలా వీలుగావుడేది. అక్కడ ఓడ మరమ్మతులు చిరకాలం నుండీజరిగేవి. అందువల్ల తూర్పుఇండియా వర్తక సంఘము వారికాలంలో కోరంగి చాలా ముఖ్యమైన రేవు పట్టణంగ వుండేది. 1834 సం. లో సి.పి. బ్రౌను గారు సీమకు పోవడానికి అక్కడనే ఓడ ఎక్కి వెళ్ళారు. తిమ్మరాజు పంతులు గారు కోరంగిలో కొట్లు కట్టించదలచి 1855 సెప్టంబరు 5 కు సరియైన రాక్షస నామ సంవత్సర శ్రావణ బహుళ 10 బుధవారం రోజున దొంతాబత్తుల సుబ్బన్న భార్య బసవమ్మ తాలూకు నివేశన స్థలము ను తిమ్మరాజు శివరామయ్య గారి ద్వారా రు 24-00 కు విక్రయం వ్రాయించారు. ఈ శివరామయ్య గారు మా తాతగారికి మిత్రుడో బంధువో తెలియడంలేదు. 1856 నాటి మాతాతయ్యగారి వీలు నామా యును 1849 లో రాజన్న గారు వ్రాయించిన ఖరారు నామాయును యీన దస్తూరీలోనే యున్నవి. మా తాతయ్యగారు తాళ్ళ రేవు కాపురస్థులైన వెలిశెట్టి చిన్నయ్య దగ్గర ఒక డబుల్ కనాతు బోటును కూడ ఖరీదు చేశారు. ఆ పడవ వచ్చే ఆదాయాన్ని కొన్నాళు అనుభవిచ వలసినదని వీలునామాలో వ్రాశారు. మా తాతగారి తోబుట్టువులలో రాజ్యలక్ష్మమ్మగారు చిన్నప్పటినుండీ ఆయన సంరక్షణ లోనే ఉండేదనీ ఆమెను పోషించవలసిన దనీ వ్రాసినందువల్ల 1856 నాటికామె జీవించియున్నట్లు గా కనబడుచున్నది.

తిమ్మరాజు గారి సంతానము

తిమ్మరాజుగారి ప్రథమ భార్య వేంకమ్మ గారు రెండవ భార్య అచ్చమ్మగారు నిస్సంతుగానే చనిపోయినారు. మూడవ భార్య సీతమ్మ గారివలన ప్రథమ పుత్రుడైన శ్రీ వేంకట శివరావు పంతులు గారు విరోధినామ సం వైశాఖ శు 17 తేదీ ఆదివారం స్వాతి నక్షత్ర చతుర్థ చరణమున 17-05-

1829 తేదీన జన్మించారు. సాంబశివుని అనుగ్రహమువల్లనే తమకు సుపుత్రుడు కలిగాడని తిమ్మరాజుగారా పిల్లవానికి వేంకట శివరావు అని నామ కరణం చేశారు

బికారి నామ సం. శ్రావణ బహుళ 12 బుధవారము నకు సరియైన 04-09-1839 తేదీన తిమ్మరాజు గారి ఏకైక పుత్రిక వెంకట మాణిక్యాంబగారు జన్మించారు. 09-07-1850 తేదీన సరియైన సాధారణ నామ సం. జ్యేష్ఠ బహుళ 30మంగళవారం నాడు అమలాపురంలో సీతమ్మగారికి ద్వితీయ పుత్రుడైన మా తండ్రి వేంకటరత్నం పంతులు గారు జన్మించారు.

తిమ్మరాజు పంతులు గారి భార్య సీతమ్మ గారు భర్తగారి తరువాత కొంతకాలం జీవించినది. ఆమె 6-09-1871 ప్రజోత్పత్తి సం. అధిక భాద్రపద బుధవారం నాడు మరణించారు.

మాది నిలువు బొట్టు, శ్రీ వేంకటేశ్వర స్వామి వారు ఇష్టదైవము. స్మార్తక సంప్రదాయము. శివ కేశవుల భేదము లేదు. తిక్కన్న గారి సంప్రదాయమును అనుసరిస్తునట్లున్నది.

జిల్లా కలెక్టరు

ఇంగ్లీషు వర్తక కంపెనీ రాజ్య కాలంలో జిల్లా కలెక్టరు రివిన్యూ బోర్డు అధికారాని కి లోబడి జిల్లా పరిపాలన చేసేవాడు. పూర్వం మహమ్మదీయ రాజ్యకాలం లో నవాబులను "హుజూరు" అని అందరూ గౌరవించినట్లే కలెక్టరును హుజూరు అనేవారు. కలెక్టరు కచేరీ హుజూరు కచేరి. కలెక్టరు క్రింది కచేరీ లో పనిచేసే ఉద్యోగి శిరస్తదారు. కలెక్టరు కచేరీలో పనిచేసే ఉద్యోగి శిరస్తాదారును హుజూరు శిరస్తాదారు అనేవారు. ఈ శిరస్తాదారు కలెక్టరు అధికారానికి లోబడి వివిధ శాఖల గుమాస్తాల పైఅధికారి గానుడేవాడు. కలెక్టరుగారికి గల అధికారాలన్నీ చెలాయించేవాడు. అందువల్ల ఆయనను నేటివ్ కలెక్టరు అనేవారు. ఆ కాలం లో దేశీయులుపొందే ఉద్యోగాలలోకల్లా గొప్ప ఉద్యోగము శిరస్తాదారే. శిరస్తాదారు కు నెలకు రెండువందల రూపాయల జీతము తో ప్రారంభమై క్రమ క్రమంగా కొన్ని సంవత్సరాలకు జీతం వృద్ధి చేసేవారు. కలెక్టరు కచేరీనుండి జారీ చేసే కాగితాలన్నిటిపైనా శిరస్తాదారు సంతకం చెయ్యాలి. కలెక్టర్లు శిరస్తాదారు చర్యలకు మొదట బాధ్యత వహించేవారు కారు. ఇంగ్లీషు వర్తక కంపెనీ ప్రభుత్వకాలము లో మొదట కలెక్టర్లు శిస్తు వసూలు చేసే ఉద్యోగులుగా నుండేవారు. అటుతరువాత జిల్లా పరిపాలనాధికారాలన్నీ వారికివ్వబడినవి. 1802 సం.లో మద్రాసు గవర్నరు గారు చేసిన రెగ్యులేషన్లనే శాసన విధులన్నింటిని అమలు చేసేవాడు. కొంతకాలానికి పరిపాలన లోనే వేరు వేరు శాఖలకు వేరు వేరు జిల్లా ఉద్యోగులుగ నియమించబడినారు. కలెక్టరుల క్రింద అసిస్టెంటు కలెక్టర్లు, సబ్ కలెక్టర్లు నియమింప

బడినారు. జిల్లా జిడ్జి అనే న్యాయాధికారి తప్ప తక్కిన ఉద్యోగులందరు కలెక్టరు అధికారానికి లోబడి తమ కార్యకాలాపాలను జరిగించేవారు. కలెక్టరు రివిన్యూ శాఖలో ప్రధానాదికారిగా నుండేవాడు. కలెక్టరుల అధికారాలను వివిరిస్తూ 1803 సంవత్సరంలో ఒక రెగ్యులేషన్ అనే శాసనమును కూడా సభాయుతుడైన గవర్నరు జారీ చేశాడు.

మొదట జిల్లా జడ్జి మేజిస్ట్రేటుగను పోలీసు శాఖకు అధిపతిగను నియమింప బడినాడు. 1816సం. లో శాసింపబడిన రెగ్యులేషన్ ప్రకారం జిల్లా జడ్జికి బదులు గా కలెక్టర్లే మేజిస్ట్రేటులుగాను పోలీసు శాఖకు అధిపతిగను నియమింపబడగా అసిస్టెంటు కలెక్టరుకు, సబుకలెక్టరుకు, శిరస్తాదారుకు తాశిల్దారుకు కూడా మెజిస్ట్రేటు అధికారాలు సంక్రమించినవి. శిస్తులు వసూలు చేసే ఉద్యోగులకి పోలీసు అధికారాలు ఇవ్వడం వల్ల నిరంకుశత్వం ప్రబలింది. తాసిల్దార్లు రైతులపై నేరాలు మోపి కోర్టులకు లాగి బాధించ సాగినారు. పోలీసులు రైతులను చిత్రహింసలు పెట్టసాగినారు.

ప్రతి జిల్లాలోను 8 లేక 10 తాలూకాలుండేవి. ప్రతి తాలుకాకు ఒక అమల్దారు లేక తాశిల్దారు నియమింపబడేవాడు. తాశిల్దారుకు నెలకు 60 లేక 80 రూపాయలు జీతం ఇచ్చేవారు. వారిలో చాలమంది లంచగొండులుగానుండేవారు. కలెక్టరులు వారిని చీటికి మాటికి సస్పెండు చేసేవారు, బదలీ చేసేవారు. ప్రతి ఏటా తాలూకా కచేరీలో శిస్తుల జమా బందీ జరిగేది. కరణాల లెక్కలు పరిశీలించేవారు.

కంపెనీ ప్రభుత్వ రివెన్యూ డిపార్టుమెంటు

హైదరాబాదు నవాబు నిజామలీఖాన్ ఉత్తర సర్కారులను 1766 సం. లో కంపెనీ వారికి కౌలుకివ్వగా ఉత్తర సర్కారులను 1769 సం. నుండీ మచిలీపట్నం లోని వర్తక కంపెనీ ఏజెంటు నే పరిపాలింపమన్నారు. అతనికి Chief in Council లనే హోదానిచ్చారు. ఈ కంపెనీ ఏంజంటు అతని సలాహా సంఘ సభ్యులు జరిపించే పరిపాలన అధ్వాన్నంగా నుండి ఈ దొరలపైన లంచగొండి తనం ఆరోపించబడినందు వల్ల ఈ విధానము రద్దు చేసి దేశాన్ని జిల్లాలు గా విభజించి 1794 సం. లో జిల్లా కలెక్టరుల పరిపాలన స్థాపించారు. కలెక్టరు క్రింది తాలూకా తాశీల్దార్లు పరిపాలించేవారు. మొదట కలెక్టరు కచేరీలలో తెలుగు తర్జుమా చేసే దుబాషీలే మున్షీలు గాను శిరస్తాదార్లుగాను నియమింపబడినారు. వారిలో చాలమంది పూర్వపు నవాబు కాలములో దేశపాండ్య మజుందారు, దివాను మొదలైన ఉద్యోగాలు చేసి మహారాష్ట్ర దేశస్థమాధ్వ బ్రాహ్మణులు, వారితో సంబంధబాంధవ్యాలు చేసిన

కరణ కమ్మ గోల్కొండ వేపారులు కలెక్టరు కచ్చేరిలో ఇంగ్లీషు తెలుగు కరెస్పాండెంటు చేసే గుమాస్తాలు లెక్కల గుమాస్తాలుండేవారు.

గ్రామ భూముల అమరకము పరిపించి పంటల అంచనా వేయించి అందులో సర్కారుకు శిస్తుగా నుండవలసిన భాగమును నిర్ణయించడానికినిని దానిని వసూలు పరచడానికి పూర్వము నవాబుల కాలమునుంచీ పనిచేసే దేశ పాండ్య మజుందారు, పేష్కారు, జవాబునలీసులు మొదలైన ఉద్యోగుల ద్వారానే పనులు జరిగించేవారు. గ్రామ లెక్కలను కరణము వ్రాసేవాడు. గ్రామములోని అగ్రకులాల పెత్తనదారులు సర్కారు ఉద్యోగులతో అన్ని వ్యవహారములు బేర సారాలు జరిగించేవారు. అందువల్ల ఈ సర్కారు ఉద్యోగులకు మామూళ్లు , ముడుపులు చెల్లించి భూముల అమరకము పంట అంచనా వగైరా పనులలో గ్రామ పెత్తనదార్లు మినహాయింపు చేయించుకొనడం ఆచారమైనది. గ్రామ ఖర్చులనే పేరుతో చాల విధాలైన దొంగ ఖర్చుపద్దులను కరణాలచేత వ్రాయించి గ్రామంనుంచి సర్కారుకు చెల్లించవలసిన శిస్తులో అది మినహాయించేవారు. ఆ బాపతు సొమ్ము పంటలు పాడైనప్పుడు ముజరాల క్రింద సర్కారు ఉద్యోగులకు లంచాల క్రింద పెత్తన దారుల ప్రయాణ ఖర్చుల క్రింద వినియోగించేవారు. అప్పట్లో శాసనాలు గాని రూల్సుగాని లేవు. మద్రాసు రెవిన్యూ బోర్డు అధికారానికి లోబడి కలెక్టర్లు పరిపాలించేవారు.

1802 సం. లో మద్రాసు రాజధాని పరిపాలన కట్టు దిట్ట పరచడానికి అనేక రెగ్యులేషన్లులనే శాసనములు చేశారు. జమీందారులు సర్కారుకు చెల్లించవలసిన శిస్తు శాశ్వతం గా నిర్ణయించారు. రైత్వారీ పద్ధతి లో భూముల అమరకపరిచే శాసన విధులు కూడా చేశారు. కలెక్టరు క్రింద రెవిన్యూ పరిపాలన శాఖ కట్టుదిట్ట పరచడంలో పూర్వకాలం నాటి నవాబు ఉద్యోగులకు పించనలు.ఇచ్చి తొలగించి నెల జీతముపై పనిచేసే రెవిన్యూ ఉద్యోగులద్వారా సర్కారు పనులు జరిగించే పద్ధతి స్థాపించారు. ఆ సంధర్భములో కలెక్టరు క్రింద హుజూరు కచేరి, దానికి లోబడి తాలుకాలో ఠాణేదారు , అమీన్ తాశీల్దారు (అమలుదారు) ఉద్యోగులు నియమించబడ్డారు

గ్రామ కరణమును నెల జీత గాణ్ణిగా చేసి తాశిల్దారు క్రింద పనిచేసేటట్లు శాసన విధులు చేశారు. ఎన్ని శాసనవిధులు చేసినా పూర్వకాలం నాటి ఆచారాలు పోలేదు. పెత్తనదారులు, కరణములు ఏకమై గ్రామ ఖర్చులనే పేరు తో అనేక దొంగ పద్దులు వ్రాసి సర్కారు కు చెల్లవలసిన శిస్తులో మినహాయించి మిగిలిన దానిని (ట్రెజరీ) ఖజానాకు పంపించేవారు. ఆ సొమ్మును సర్కారు ఉద్యోగుల కు మామాళ్ళు, లంచాలు ప్రయాణ ఖర్చులకింద వినియోగించేవారు. గ్రామ శిస్తు బేరీజు తగ్గించడానికి ఇజారాలు తక్కువ మొత్తానికి పొందడానికి దొంగ పంట అంచనాలు పొదటానికి లంచాలిచ్చేవారు. పొలాలు ఖాళీగానున్నాయని పంటలు పండలేదని మినహాయిపు పొందటానికి లంచాలిచ్చేవారు. హుజూరు దేశస్థ

ఉద్యోగులు కలెక్టరుల కన్ను గప్పి అనేక అక్రమ ఉత్తరువులు జారీ చేయిచేవారు. శిరస్తాదారు న్యాపతి శేషగిరి రావు గుంటూరు లో జరిగించిన అక్రమాలు మితిమీరగా కంపెనీ ప్రభుత్వము వారు గుంటూరు జిల్లాలో సర్ వాల్టర్ ఇలియటు గారి చేత 1845 సం. లో విచారణ జరిపించారు. అలాగే రాజమహేంద్రవరం జిల్లాలో 1848 సం. లో విచారణ జరిగించారు. వారి రిపోర్టుల వల్ల జిల్లాలో జరిగే అనేక దుర్మార్గాలు బయల్పడినవి.

మచిలీపట్టణం జిల్లాలో కలెక్టరు గానుండిన పోర్టరు దొర అసమర్థతను అవకాశం తీసుకుని శిరస్తాదారు సుందరగిరి రాజారావు గారు జరిగించిన అన్యాయలను సర్ వాల్టర్ ఇలియట్ గారు ఉత్తర సర్కారుల కమీషనరైన ప్పుడు 1849 సం. లో విచారించి ఆయనమీదను, 114 మంది గుసమాస్తాలపైనను క్రిమినలు కేసులు దాఖలు చేయించారు. దీని వివరాలు ఇంకో అధ్యాయంలో వివిరింప బడియున్నవి.

ఆ కాలం లో ప్రతిఏటా భూమి అమరకము శిస్తుల నిర్ణయము సెటిల్మెంటు జరిగేవి. ప్రతి సంవత్సరము జరిగే జమా బందీలో వందలకొలది గ్రామలెక్కలును కలెక్టరు పరిశీలించడం సాధ్యంకాదు గనుక శిరస్తాదారు మొదలైన హుజూరు ఉద్యోగులకు ఆపని వప్పగించేవాడు. ఈ సందర్భములలో శిరస్తాదారు హుజూరు ఉద్యోగులు , తాశిల్దారులు లంచాలు వుచ్చుకోడానికనేక అవకాశాలుండేవి. వేపారి పంతుళ్లందరూ ఏక కట్టుగానుండేవారు. కంపెనీ పాలన చివరదాకా ఇలాగే జరిగింది.

రివిన్యూ అమీను, ఠాణేదారు, అమలుదారు లేక తాశిల్దారు అధికారములు – కర్తవ్యములు

తిమ్మరాజుగారు కలెక్టరు కచేరీలో చేరిన తరువాత ఆకాలంలో కలెక్టరుల క్రింది రివిన్యూ వగైరా శాఖలలోని వివిధ ఉద్యోగులు చేరారు. ఏ ఉద్యోగం ఎప్పుడు చేసినదీ వివరాలు తెలియలేదు. వారు చాల కాలం రాజమహేంద్రవరం జిల్లాలో తాశీల్దారు గ పనిచేసినట్టున్నూ తరువాత కలెక్టరు క్రింద శిరస్తాదారైనట్లున్నూ ఆధారాలున్నవి.

కంపెనీ ప్రభుత్వకాలంలో 1794 సం. నుండి జిల్లా కలెక్టరు అధికారానికి లోబడి ప్రతి తాలూకలోను రివిన్యూ అమీను, ఠాణేదారు, అమలుదారు లేక తాశిల్దారు అనే హోదాలతో రివిన్యూ ఉద్యోగులు ప్రతి గ్రామ లోనుగల పొలాలను రైతులకు అమరకపరచడము,శిస్తులు నిర్ణయించడము, శిస్తుని వసూలు చేయడము మొదలైన పనులు జరిగించేవారు. వారికింకా చాలా పనులుండేవి. అవి 1802

సం. నుండీ క్రమక్రమంగా పెరిగినవి. వారి అధికారాలు, బాధ్యతలు కర్తవ్యాలను గురించి 1840–50 పరిస్థితులను హెన్రీ నెవిల్ గారు చక్కగా వివరించారు. ఈ ఉద్యోగులకు పర్మనెంటు సెటిల్మెంటు లేక జమీందారి శిస్తుల శాశ్వత పైసలా చేసిన జిల్లాలలో నెలకు రు. 40 మొదలు రూ. 200 వరకూ జీతాలుండేవి. తక్కిన జిల్లాలలో నెలకు రూ.100 మొదలు రు. 200 జీతముండేది.

ఈ ఉద్యోగులు చేయవలసిన పనులు:

1. హుజూరు (కలెక్టరు) ఉత్తర్వులకు లోబడి గ్రామాలలోని భూములను అమరక పరచుట. విడుదలలు, సాగుబడి వగైరా ఏర్పాటులు చేయుట
2. హుజూరు అధికారానికి లోబడి జమాబందీకి అవసరమైన సంజాయిషీ వివరాలు తయారు చేయించుట
3. బంజరు భూములలో పశువులను మేపు కున్నందులకు పుల్లరి పన్ను రుసుములు వసూలు చేయుట
4. తమ క్రింది ఉద్యోగులు చేసే పొలాల తనిఖీ పైన సర్వేచేయుట(సూపర్ విజన్)
5. గ్రామస్తులు నీరాసలి (నేరుగా) యిచ్చుకునే అర్జీలను హుజూరునించి క్రింది అధికారులకు రిఫరు కాబడినటువంటి అర్జీలను విచారించి పరిష్కరించుట.
6. గ్రామ కరణముల చిట్టా వగైరా లెక్కలను తనిఖీచేయుట.
7. రైతులు శిస్తుల రశీదుల పుస్తకాలు పరిశీలించి గ్రామకరణాలు లెక్కలలో సరిగా వ్రాశారోలేదో సరిచూచుట
8. మొతర్ఫా(వృత్తి వ్యాపార వ్యక్తి పన్నులు, సాయరు (ఎగుమతి రవాణా సుంకాలు) అబ్కారి సారాలు కల్లు వగైరా నిషా వస్తువులు ఇతర రివిన్యూ ఆదాయ లెక్కలుతయారు చేయించుట.
9. నెలసరి లెక్కలు సాలుసరి లెక్కలు జమాబందీ లెక్కలు ఆయానమూనాలలో హుజూరు కచేరీకి పంపుట.
10. పబ్లికు రివిన్యూ ఆదాయము మొత్తమును ప్రతినెలా లేక్కలతో సహా హుజూరు ట్రెజరీ(ఖజనా) కి పంపుట.
11. ధర్మతోపులు నాటు వారు పెట్టుకున్న దరఖాస్తులు రిజిస్టరు చేసి కలెక్టరులకు రిటరనులు పంపుట.
12. తాలూకా కచేరీ రికార్డులను భద్ర పరచుట, వాని సూపర్ విజన్ పై తనిఖీ.
13. తాలూకా ట్రెజరీ(ఖజానా) లో ప్రతి నెలారంభమున పింఛను పుచ్చుకునేవారిని గమనించుట.
14. టీకాల యినస్పెక్టరుల లెక్కలు తనిఖీ చేయుట.

15. సారా బట్టీలు దుకాణములు అబ్కారీ శాసనవిధుల ప్రకారము నిర్వహింపబడుచున్న విషయమై తనిఖీ.

16. షరాబు, తాశిల్దారు వగైరా ఉద్యోగులివ్వవలసిన సెక్యూరిటి (హామీ) ఆస్తిని పరిశీలించుట.

17. సెలవు మంజూరుకు హుజూరు కు దరఖాస్తులను పంపుట.

18. చెరువులు, కాలువలు నుండి నీరు సక్రమంగా సరఫరా చేయు విషయమై తనిఖీ.

19. గ్రామోద్యోగులు, జిల్లా ఉద్యోగులు దస్తుఫాజులు (Malversation) గూర్చి 1822 సం. 9 వ రెగ్యులేషను క్రింద పెట్టిన కేసులను విచారించుట

20. కర్తలు లేనందున సర్కారుకు లాప్సు (Lapse) అయిన ఇనాములును గూర్చి రిపోర్టులు పంపుట.

21. సరి హద్దుల తగాదాలు పరిష్కారించుట.

22. తాలకాలో సామాన్యా సంఘటనలను గూర్చి ఇతరవిశేషాలను గూర్చి హుజూరుకు తెలుపుట.

23. దేవాదాయాల ద్రవ్య నిధులు (Funds) సక్రమముగా వినియోగమగుటను గూర్చిన తనిఖీ.

పైన చెప్పిన అమీనులు ఠాణేదార్లు తాశిల్దారులు 1816 సం. రిగ్యులేషన్ క్రింద పోలీసు మేజస్ట్రేటు అధికారములు కలిగియుండిరి. తాశిల్దారు హెడ్ ఆఫ్ పోలీసు గానుండెను అందువల్ల రైతుల మీద కేసు పెట్టి బాధించేవారు.

సముతుదారుల అధికారములు, కర్తవ్యములు

ప్రతి తాలూకా కొన్నిసముతులగా విభజింపబడెడిది. అందులో ఒక పెద్ద గ్రామముగాని, 24 వరకు గ్రామ ప్రాముఖ్యత బట్టి ఒక చిన్నగ్రామము గాని వుండేవి. దాని అధికారి సముతుదారు. అతని జీతము జనసంఖ్యను బట్టి నెలకు 10-14 రూపాయలు. అతనిక్రింద ఒక గుమాస్తా, ఒక పైగస్త ఓవరసీరు, ఒక మునిషి, ఇద్దరు ముగ్గురు బంట్రోత్తులు వుండేవారు. వారి జీతాలు నెలకు రు 7,5, 4 చొప్పున వుండేవి. తాశిల్దారుకు గల పోలీసు అధికారాలు తప్ప మిగిలిన అన్ని అధికారాలు సముతుదారు తన సముతు గ్రామాలలో చేలాయించేవాడు. తాశీల్దారు చేయవలసిన కర్తవ్యాలు కూడా సముతులో నిర్వహించేవాడు. అతని కచేరి ఆ సముతులోని పెద్ద కస్బాగ్రామములోనుండేది. శిస్తుల నిర్ణయం వసూళ్ళు, మొతర్పా, మరమ్మతు, దర్యాప్తులు జనరల్ అడ్మినిస్ట్రేషన్ విషయములలో అతడు నిర్వహించే పనులకు సంబంధంచిన సర్క్యులర్లు ఫారములు

అతినికిచ్చేవారు. అతడు సాగు తరుణంలోను ఇతరసమయములందు కూడా గ్రామాలకు వెళ్లి కరణాల పనిపైన అజ్మాయిషీ చేయవలసియుండేది. అతడు ధనమార్జించటానికి చాల అవకాశాలుండేవి. సముతుదారు అధికారాలును ,కర్తవ్యాలును గురించి గుంటూరు కలెక్టరు స్టోక్సు రివిన్యూ బోర్డువారికి 17 ఆగస్టు 1847 తేదీన వ్రాసిన రిపోర్టును ఫ్రైకెన్ బెర్గ గారు గుంటూరు జిల్లా అనే గ్రంధములో ఉదహరించారు.

మద్రాసు రాజధాని

మద్రాసు రాజధానిలో అరవ తెలుగు కన్నడ మలయాళం భాషలు మాట్లేడేవారు నివసించే 20 జిల్లాల దేవి. ఒకొక్క జిల్లావైశాల్యము దామాషాగా ఏడు వేల చదరపు మైళ్లు జనసంఖ్య దామాషాగా 11 లక్షలుండేది. ప్రతి జిల్లాలో 14 లేక 16 తాలూకాలుండేవి. ఒకొక్క తాలూకా వైశాల్యము 300 లేక 500 లేక 1000 చదరపు మైళ్లుకూడా వుండేది. ఒకొక్క తాలూకాలో 200 లగాయితూ 500 గ్రామాలుండేవి. ఈ గ్రామాలలో 500 మొదలు 2000 పొలాలుండేవి. ఈ పొలాలను అమరకం చేసి సిస్తు వసూలు చేసే బాధ్యత రివిన్యూ శాఖలోని ఉద్యోగులది. ప్రతి గ్రామానికి ఒక గ్రామ కరణము గ్రామ మునసబు గ్రామ కాపరులుండేవారు. ఈ గ్రామాలు సముతులగా విభజించి సముతు దారుల అనే ఉద్యోగులు వారి పైన తాలూకా తాశీల్దారు ఉండేవాడు. వీరందరి పైన అధికారి జిల్లా కలెక్టరు. కొంతకాలానికి సముతుదారు బదులు రివిన్యూ ఇనస్పెక్టర్లను నియమించారు. ఇంగ్లీషు కంపెనీ పరిపాలన కాలములో భూముల అమరకం పద్ధతులలో అనేక మార్పులు జరిగినవి. గ్రామపొలాలను రైతులు సాగుచేయుటకు, అమరక పర్చుటకు అధికారము పూర్వము గ్రామ పంచాయితీలకుండేది. పండిన పంటలో గ్రామ (ఆయ గాంఢ్ర?) భాగము, రాజు భాగము పోగా మిగిలినది రైతు లనుభవించేవారు. చాలా కాలము వరకు పండిన పంట అంచనా వేసి విభజించే పద్ధతుండేది. తరువాత రొక్కపు శిస్తు పద్ధతి వచ్చినది. దేశములో జమీందారీ పద్ధతి, రైత్వారీ పద్ధతి అనే రెండు పద్ధతులుండేవి.

భూమి శిస్తు అనేది పన్నుకాదని అది కట్టు బడి మక్తాయని రాబట్టతగినంతగా రాబట్టగలందులకు సర్కారువారికి హక్కు గలదని తలచి నికర పంటలో వీలైనంత హెచ్చు భాగము వసూలు చేయుటయె ఇంగ్లీషు కంపెనీ పరిపాలనలో శిస్తునిర్ణయ వసూలు విధానముగానుండేది. ఈ పంట అంచనాలను వేయుటకు అజ్మాయిషి చేయుటకు చాలమంది సిబ్బంది అవసరమయ్యేవారు. వీరి లో చాలమంది అవినీతి పరులుగాను లంచగొండులుగాను ఉండేవారు. సర్కారుకు చెందవలసిన భాగమును

విడదీసిన తరువాత బజారులో విక్రయించేవారు. బజారులో ధరలు మందముగానుంటే పాతర్లు వేశేవారు. కావలి జవానుల ఖర్చులు మొదలైనవాటివల్ల నష్టము కలిగేది. ధాన్యము పాడై నష్టము కలిగేది. కంపెనీ పరిపాలన కాలం లో గుంటూరు జిల్లా పరిస్థితులను అక్కడి అవినీతిని గూర్చి సర్ వాల్టర్ ఇలియట్ గారు 1844-45 సంవత్సరాల మధ్య విచారించి ప్రభుత్వమునకు నివేదిక సమర్పించారు. గోదావరి జిల్లా పరిస్థితిని గూర్చి మాంట్గోమరి గారు విచారించి నివేదిక సమర్పించారు. నివేదికలవల్ల ఆకాలమునాటి పరిస్థితులు తెలుస్తున్నవి. బందరు జిల్లా కలెక్టరు పోర్టరు దొర గారు బద్ధకస్తుడు. ఆయన క్రింద పని చేసిన శిరస్తాదారు సుందరగిరి రామారావు అవినీతి పరుడు. ఆ జిల్లా పరిస్థితులను గూర్చి ఉత్తర సర్కారు కమీషనరైన వాల్టర్ ఇలియట్ గారు 1849 సం లో విచారణ చేసి నివేదిక పంపించారు. అటుతరువాత శిరస్తాదారు నియమించిన ఉద్యోగులపైన కొన్ని క్రిమినల్ కేసులు దాఖలైనవి.

1835 శిరస్తదారు జయరావు అవినీతి

1830 సం మార్చి నెల తరువాత రాజమహేంద్రవరం జిల్లాకు ఆంబ్రోస్ క్రాలీ దొర(Ambrose Crawly) గారు కలెక్టరుగా వచ్చారు. ఆయన ఆ జిల్లాలోని అమరక విధానములో కొన్ని మార్పులు చేశారు. అప్పట్లో హుజూరు కచేరీలోని శిరస్తాదారు, తాలూకా తాశీల్దారులు మొదలైన ఉద్యోగులలో చాల అవినీతి పరులుగాను లంచగొండీలు గాను ఉండేవారు. సర్కారుకు రావలసిన రివిన్యూ శిస్తు దస్తునలిగా రాబట్టక సర్కారు సొమ్మును హరిస్తూ చాలా దర్మార్గాలు చేసేవారు. అప్పుడ హుజూరు శిరస్తాదారు గానున్న జయరావు పంతులు గారు మహరాష్ట్ర దేశస్త మాధ్వ వేపారి పంతులు . అతడు లంచగొండి. మొగలితుర్రు తాలూకా అమలుదారు లేక తాశిల్దారు పులివెందల చెంచలరావు గారు కూడా వేపారి పంతులే. ఆయన కూడా లంచగొండి ఉద్యోగియె. ఆయన శిరస్తాదారు కు సన్నిహితుస్నేహితుడై ఉభయలూ లాలూచీ అయి చాల దుర్మారాగాలు చేస్తూ సొమ్ము పంచుకునేవారు. దీనిని గూర్చి బయల్పడగా కలెక్టరు జయరావు గారిని 21-03-1834 తేదీన సస్పెండు చేశాడు. చెంచల రావు గారిని 1834 సం. మే నెలలొ జైలులో పెట్టారు. దీనిని గూర్చి విచారణ చెయ్యదలచాడు గాని ఇతర పనులవల్ల జాప్యం చేశాడు. చెంచలరావు గారి కేసు విచారణ చేయకుండా చాలా కాలం జైలులో వుంచడం బాగాలేదని మద్రాసు రివిన్యూ బోర్డువారు విమర్శించారు. అంతట చెంచలరావు గారిని 30-10-1834 తేదినుంచి ఒక బంట్రోత్తు టైనాతీలో custody లో వుంచారు. చెంచలరావు గారి కేసులో సర్కారు వారి

సొమ్ము హరించిన దానికి కలెక్టరు 12 వేల రూపాయలు జరిమానా విధించారు. అందులో రెండువేలు పైచిలుకు రూపాయలు వసూలైనవి. మిగతా మొత్తం రాబట్టే ప్రయత్నం చేయవద్దని బోర్డు వారు ఉత్తరువు చేశారు! నగరం ముఠా అమల్దారు కొయ్యముదూరు సుబ్బారావు గారు శిరస్తాదారు జయరావు షరీకుతో పొలాలను సాగు చేసే రైతులు చెల్లించవలసి రివిన్యూ శిస్తు మొత్తంలో తగ్గింపు చేసిన సంగతి బయల్పడగా సుబ్బారావు ను 08-04-1834 తేదీన డిమ్మిస్ చేశారు

తిమ్మరాజు గారికి అవినీతి కేసు విచారణకు అధికారము

క్రాలీ దొర గారు నిర్ణయించిన ఆసరా పద్ధతి మార్చి వీసబడి సెటిల్మెంటు చేయవలసి వచ్చినది. జయరావు గారు మొగలితుర్రు అమల్దారైన చెంచలరావు తో లాలూచి అయి రైతులు హామి ఇవ్వకుండానే పంట కోసి కుప్పలు వేసి తీసుకుపోవడానికి అంగీకరించినట్లు బయల్పడింది. ఇందులో కొంత భాగం శిరస్తాదారుకు ముట్టింది. జయరావు పిఠాపురం జమీందారు వకీలు తో షరీకై ఆ జమీందారి కలెక్టరు క్రిందనున్నందువల్ల అందులోని చాల గ్రామాలు జయరావు బినామీదారుల పేర కౌలుకు పుచ్చుకున్నాడు. ఒక ఎస్టేటును తన మామగారి పేర బినామి విక్రయం పొందినట్లు 09-05-1834 తేదీన బయలు పడింది.

కలెక్టరుగారు తిమ్మరాజుగారిని అవినీతి కేసు విచారణ చేయుటకు వుంచారు. 1834 సం. ఏప్రిల్ నెల ప్రారంభంలో కలెక్టరు క్రాలి దొర గారు మొగలితుర్రు అమలుదారు కేసు విచారణ చేస్తూ వుండగా కొత్తపల్లి అమలుదారు జొన్నలగడ్డ కొండయ్య తన అన్నగారైన మల్లప రాజు గారితో కలిసి ఆ తాలూకాలో చాలా అక్రమాలు జరిగించి సర్కారు సొమ్ము హరిస్తున్నట్లు తెలిసి దానిని గూర్చి విచారించి తీర్పుతెప్పించుకోటానికి అప్పట్లో హుజూరు కచేరీలో ఇంగ్లీషు రికార్డు కీపరుగా పనిచేస్తున్న దిగవల్లి తిమ్మరాజు పంతులు గారిని దీనిని గురించి preliminary enquiry జరిగించవలసినదని ఉత్తర్వు చేసి పంపించారు. అంతట తిమ్మరాజు గారు 1834 సం. ఏప్రిల్ 15 వ తేదీన రఘుదేవ పురం వెళ్లారు. జొన్నలగడ్డ కొండయ్య అన్నగారైన మల్లపరాజుగారికి సర్కారు ఉద్యోగం ఏమీ లేక పోయినా ఆ తాలూకా లోని అన్ని రివిన్యూ వ్యవహారాలులోను అమలుదారు జరుపవలసిన పనులన్నీ తాను జరిగిస్తున్నాడనే సంగతి తెలిసింది. గ్రామ రైతుల వల్ల సాగుభూముల పంట అంచనా జాబితాలు అతడే తీసుకుని రైతుల వల్ల 'నివాడా' సన్నదులు పుచ్చుకొని అటు తరువాత వారివల్ల కొంత సొమ్ము లంచం గా పుచ్చుకొని

అంచనాలు తగ్గించి తాజా అంచనా జాబితాలు తయారు చేసి వాటిని బట్టి మళ్లీ' నివాడా' సన్నదులు కొత్తగా సృష్టించి ఠాణా కచేరీలోను అమలుదారు దస్త్రాలలో పెట్టివేస్తున్నాడని దొంగకాగితాలను బట్టి దొంగలెఖ్కలు తయారు చేస్తున్నారని విచారణవల్ల తెలిసినది. తిమ్మరాజు గారు ఏప్రిల్ 15 వ తేదీన గ్రామ మునసబును, మహతాదును, పెత్తనదారు కోనా నాగన్న, రఘుదేవపురం కరణము మధ్దూరి నరసయ్యను, **నజరుడలాయదులను,** మల్లపరాజుగారి దగ్గరకు పంపి సర్కారు అంచనా జాబితాలు, లెక్కలు, వగైరా ఖరవ్రాలుతో సహా రావలసినదని కబురు పంపగా మల్లపరాజు గారు తన మామగారైన కావలి మూర్తిరాజు గారిని తిమ్మరాజుగారి దగ్గరకు పంపి తమ యింటికి దయచేయ వలసినదనిన్నీ అంచనా జాబితాలు నివాడ సన్నదులు లెక్కలు వగైరాలు యిస్తాడన్ని చెప్పారు. అంతట తిమ్మరాజుగారు తాలూకా పేష్కారు కోరీ శ్రీనివాసరావు పంతులు గారు, మదద్గారు లైన అయింఢ్ల రామక్రిష్ణమ్మ పంతులు, పొగాకు వేణునాథం పంతులు గార్లతో కలసి మల్లపరాజు గారి మామగారింటికి వెళ్లారు. అక్కడ మునసబు కరణాలు పెత్తనదారుల సమక్షంలో మల్లపరాజు గారు మొదట రైతులవల్ల తీసుకున్న అంచనా జాబితాలు, నివాడ సన్నదులు గలదస్త్రములును తిమ్మరాజుగారు కలెక్టరుగారికి తరఫున వప్పగించుకున్నారు. అయితే మల్లపరాజుగారు కొన్ని గ్రామములలోని రైతుల అంచనా జబితాలు నివాడసన్నదులు దాచివేశారు. శిస్తు వసూలు బాకీ అబుస్ట్రాక్టు వగైర్ లెక్కలున్నూ మల్లపరాజుగారికి అమలుదారు కొండయ్యగారు వ్రాసిన ఉత్తరములున్నూ కూడా తిమ్మరాజుగారు స్వాధీనంచేసుకున్నారు.

తిమ్మరాజు గారు చేసిన విచారణ

ఈ దస్త్రములు కాగితాలను స్వాధీనము చేసుకున్నట్టు ఠాణా మదద్గారు లైన వేణునాథం పంతులు, రామక్రిష్ణమ్మ పంతులు దేవి ప్రసాదు సాక్ష్యం గా ఆ జాబితా పైన సంతాకలు చేశారు. తిమ్మరాజు గారు చేసిన విచారణ రికార్డును కలెక్టరుగారికి సమర్పించగా వారు దానిని చిత్తగించి మల్లపరాజు గారిని రాజమండ్రీలో తాము జరిపే విచారణ తేదీన హుజూరు కచేరి బంట్రోత్తు నిఘాలో రప్పించి అక్కడ సాక్షులను విచారించారు. అమలుదారు కొండయ్య ఆయన అన్న మల్లపరాజు గార్లు చేసిన అక్రమాలను గురించి పెమ్మరాజు చెలమయ్య, అప్పన్న, రాజప్ప మొదట యిచ్చిన అర్జీని కలెక్టరు గారు చిత్తగించారు. చేబియ్యం వెంకటశాస్త్రులు, పెమ్మరాజు కామన్న అంచనాదారుల వాజ్ఞాలములను గ్రామస్తుల వాజ్ఞాలములను కలెక్టరు గారు వ్రాసి రికార్డు చేశారు. మొదట తయారు చేసిన అంచనా

జాబితాలను మల్లపరాజుగారు తీసుకుని వానిని మార్చి కొత్త నివాడ సన్నదులు పుచ్చుకున్నదానిని గురించి కలెక్టరు గారు సాక్ష్యం పుచ్చుకున్నారు.

జొన్నలగడ్డ కొండయ్య మల్లపరాజు గార్లు జరిగించిన దుర్మార్గాలను విచారించుటలో వారు రు. 1182-1-3 లు ధనం వసూలు పరచి హరించినట్లు తేలినది. ఈ మొత్తాలను వారి బంధువుల ద్వారా వసూలు పరచారని తేలినది. వీరందరిమీద సర్కారు దస్తు హరింపు కేసును 1822 వ సం. IX రెగ్యులేషన్ ప్రకారము పెట్టిన యడల కేసు విచారణ చాల ఆలశ్యమం అవుతుందని హరించిన బాపతు సొమ్మును సర్కారుకు జమ కట్టే యడల వారిని వదలి వేసి కొండయ్య, మల్లపరాజు గార్ల పైన మాత్రము సర్కారు దస్తు హరింపు కేసును పెడితే బాగుంటుదని కలెక్టరు గారు నిర్ణయించారు. కొండయ్య గారి పైన రు. 2192-8-6 జరిమానా విధించారు మల్లపరాజు గారి పైన రు. 536 లు జరిమానావిధించారు.

కలెక్టరు గారు చేసిన విచారణ వివరములను గూర్చి మద్రాసు రివిన్యూ బోర్డు వారికి వ్రాశారు. కొండయ్య, మల్లపరాజు గార్లు కలెక్టరు గారి తీర్పుపైన రివిన్యూ బోర్డుకు అప్పీలు చేశారు అంతేగాక మల్లపరాజు బోర్టుకొక అర్జీని పంపుతూ అందులో తనపైన దిగవల్లి తిమ్మరాజుగారు దౌర్జన్యం చేసి తన పెట్టెను పగులకొట్టి షుమారు రు. 6000 విలువగల నగలు వగైరాలు అక్రమంగా తీసుకొని పోయినాడని ఫిర్యాదు చేశారు. అంతట ఈ అర్జీనిగురించి తిమ్మరాజుగారి వల్ల సంజాయిషీ తీసుకొనవలసినదని బోర్టువారు కలెక్టరుగారును ఆదేశించాగా కలెక్టరు గారు తిమ్మరాజుగారిని సంజాయిషీ అడిగారు. అంతట తిమ్మరాజుగారు జరిగిన సంగతులన్నీ కలెక్టరు గారికి వివరిస్తూ 5-12-1834 తేదీన ఒక అర్జీ రూపముగా వ్రాసి దాఖలు చేశారు. దానిని కలెక్టరుగారు చదివి తిమ్మరాజుగారిని ప్రశంసించి మల్లపరాజు గారు చేసిన ఫిర్యాదు సంగతులన్నీ అబద్ధములని కలెక్టరు గారు బోర్డు వారికి గట్టిగా వ్రాశారు. తిమ్మరాజు గారు సాక్షుల సమక్షములో జరిగించిన చర్యల అర్జీ అందిన తేదీకే లిఖిత రూపముగా కలెక్టరుగారికి విశదపడియున్నది. ఏదైనా అక్రమం జరిగివుంటే మల్లపరాజు గారు మేజిస్ట్రేటు గారికి అప్పుడే తెలుపవలసి యుండెను. కలెక్టరుగారి ఎదుట సాక్ష్యమిచ్చినప్పుడు గూడా ఏమీ చెప్పక ఇప్పుడీ అభూత కల్పన చేసినాడని కలెక్టరు గారు వ్రాసినారు.

రివిన్యూ బోర్డు వారు ఆ కాలం లో కలెక్టర్లు చేసే విచారణలను చాలా నిశితంగా విమర్శించేవారు. అందులో ఏ చిన్నవిషయము లోనైనా పొరబాటువుంటే కలెక్టర్ల తీర్పు రద్దు చేసేవారు. అనుమానం వున్నా రద్దు చేసేవారు. ఈ కేసులో కలెక్టరుగారి విచారణ ను విమర్శించి కొండయ్యగారి బంధువులు గ్రామస్థుల వల్ల వసూలుచేసిన బాపతు రొఖము, సరకులు కొండయ్య గారికి చేరినట్లు గా అవన్నీ ఆయన నిమిత్తమే వారు వసూలు చేసినట్లు గాని స్పష్టమైన సాక్ష్యము లేదనిన్నీ కలెక్టరుగారి తీర్పుచెల్ల దనిన్నీ చెప్పి బోర్డువారు కలెక్టరు గారు విధించిన జరిమానాను రద్దు చేశారు!

కొండయ్య గారు, మల్లపరాజుగారు సర్కారు సొమ్మును హరించిన నేరము చేసినట్లు కలెక్టరుచేసిన నిర్ణయము సరిగాలేదని వారు హరించినట్లు చెప్పే పద్దులు చాలా భాగము రొక్కము గాక అనేక విధములైన సరుకుల బాపతు పద్దులు గానున్నదని ప్రతి జిల్లాలోలును ఎట్టి ప్రతిఫలములేకుండా సర్కారు ఉద్యోగులకు సరుకులు సప్లై చేసే ఆచారము చిరకాలమునుండి సాగుతూవున్నదనిన్నీ ఈ పద్దులలో చాలా భాగము అటువంటివేఅయి వుండవచ్చునని తాము నమ్ము చున్నామని ఈ దురాచారమును తొలగించే చర్యలు కలెక్టరు తీసుకొన వలసియున్నదనినీ బోర్డువారు తమ తీర్పులో వ్రాశారు. 1835 సెప్టెంబరు 26తేదీ నాటికి క్రాలీ దొరగారు బదలీఅయి వెళ్ళిపోయి రాజమహేంద్రవరం జిల్లాకు కొత్త కలెక్టరుగారు వచ్చి పనిచేస్తు వున్నారు. అందువల్ల బోర్డు వారి సూచనలు నిష్ప్రయోజనమైనవి. కొత్త కలెక్టరు దీనిని గూర్చి ఏమీ చర్య తీసుకొన లేదు.

1832-1833 నందన సం గుంటూరు కఱవు - రాజమహేంద్రవరం దుఃస్థితి

గోదావరి జిల్లా ను 1858 సంవత్సరం వరకూ రాజమహేంద్రవరం జిల్లా అని వ్యవహరించేవారు. 1828వ సం. నుండి 1830వ సం. వరకు వర్షములు సరిగా కురవడంలేదు. 1831-32 సం.ములలో అతివృష్టి కలిగి గాలివానవల్ల పంటలు పోయినవి. 1832-33 నందన సంవత్సరములో ఘోరమైన కఱవు వచ్చినది. అది గుంటూరు ఒంగోలు ప్రాంతములలో అతి తీవ్రముగా నుండినది. కృష్ణా జిల్లా-గోదావరి జిల్లాల్లో కూడా ప్రజలు ఆకలి బాధచేత చచ్చి పోతున్నారు. గుంటూరునుండి చెన్నపట్నంవరకు బాట అంతా శవములతో నిండిపోయినవి. వేలకొలది ప్రజలు, స్త్రీ పురుషులు పిల్లలు మరణించారు. పట్టణాలలో సంపన్నులు అన్నదానం చేస్తూవున్నా అది చాలలేదు. చెన్న పట్టణంలో అన్నదానం చేస్తువున్నారని అక్కడికి పోతూ దారిలో మరణించే వారు. హైదరాబాదు నుంచి వచ్చిన బేరగాండ్రు పిల్లలను కొనేవారు. ఈ కఱవు ను గూర్చిన వివరాలు తూర్పుఇండియా వర్తక కంపెనీ వీరి రికార్డులలోనున్నది.

1830వ సంవత్సరము నుండీ 1834 సం. వరకూ క్రాలీ దొరగారు రాజమండ్రి జిల్లా కలెక్టరుగానున్నారు. కాకినాడలోని సంపన్నులు, దొరలు సహాయంచేయాగా కలెక్టరు గారు రోజుకు 5 వేలమందికిఅన్నదానంచేయించావారు గాని అదీ చాలలేదు. చెన్నపట్నం గవర్నమెంటు ప్రధాన

కార్యదర్శికి రు. 600 గాని 800 గాని గ్రాంటు చేయమని కలెక్టరు గారు 13-08-1838 తేదీన వ్రశారు గాని ఆ చిన్న మొత్తాన్ని ఇచ్చేటప్పటికి పుణ్యకాలం మించినది.

సి.పి బ్రౌను దొరగారు 21-12-1832 తేదీన గుంటూరు కలెక్టరుగా చార్జి తీసికొని 3 నెలలుండి అక్కడ కఱవును గూర్చి చెన్నపట్నం లో ప్రభుత్వానికి తెలియపరిచినా వారు పట్టించుకోలేదు. “Scarcity” అని వ్రాయక కఱవు అనే పదము ఉపయోగించినందుకు మద్రాసు ప్రభుత్వ కార్యదర్శి ఆయనను మందలించాడు! కంపెనీ ప్రభుత్వము వారి అశ్రద్ధవల్ల గుంటూరు కఱవులో చాలా జననష్టము కలిగినది. ప్రజల బాధలు విపరీతములైనవి. 1835 సం. నాటికి కూడా జిల్లా లోని ఆర్ధిక స్థితి చక్కబడలేదు. 1836-38 సం. లలో వర్షాలు సరిగా కురవలేదు. 1839 సం. తుఫాను వచ్చి విశాఖ పట్టణమునుండి నరసాపురము వరకూ సముద్రం పొంగి ఉప్పెనవచ్చి కోస్తాను ముంచినది. కాకినాడ కోరంగి గ్రామాలలోకి కూడా సముద్రంనీరు వచ్చి పడింది. ఓడలు పడవలు తీరాన్నుంచి నాలుగుమైళ్లలోపలికి కొట్టుకుని వచ్చినవి.

ఈ సంగతి గోదావరి జిల్లా మాన్యువల్ లోను Letters of a Lady from Madras during 1836-1839,

£చూ. కడప లేఖలు బంగోరె. S.V.University

జి.ఎ. స్మిత్తు దొర కథ

1837 సం. మునుండి 1843 వరకూ రాజమహెంద్రవరం జిల్లా రివిన్యూ ఆదాయం క్షీణించినది. 1837-1843 మధ్య జి.ఎ స్మిత్తు గారు కలెక్టరుగా నున్నాడు. అతడు ఛండశాసనుడు. దేశంలో అతీ వృష్టి కలిగినా అనావృష్టి కలిగినా దేశమెంత ఆర్ధిక దుస్థితిలో వున్నాశిస్తుల వసూలు కఠినంగా నే జరిగించి సమర్ధుడైన కలెక్టరని పేరు పొందాడని Letters of a Lady from Madras during 1836-1839, London1846 అనే గ్రంధము రచించిన జిల్లా జడ్జిగారి భార్య ఆయనను గూర్చి వ్రాసినది. ఈ స్మిత్తు దొరగారు తన ఉద్యోగమకాలం 20 సం. లలో చాలా కాలము ఈ జిల్లాలోనే గడిపినాడు. స్మిత్తు దొర తన క్రింద పనిచేసిన దేశస్థమాధ్వ , కరణ కమ్మ గొల్కొండ వేపారి బ్రాహ్మణ ఉద్యోగులపైన జిల్లా పరిపాలనంతా వదిలిపెట్టేవాడు. జిల్లానుంచి రావలసిన రివిన్యూ దస్తు ఏదో విధంగా రాబట్టితే చాలు. హుజూరు కచేరీలో ఎన్ని అవకతవకలు జరిగినా సరే. రైతులెంత బాధపడినాసరే.

స్మిత్తు దొర క్రింద పనిచేసిన శిరస్తాదారులలో గజవిల్లి నరసింగరావు పంతులు గారనే కరణ కమ్మ వేపారి పంతులు గారు చాలా మంచివారు. ఆయన ను ప్రజలు గౌరవించేవారు. స్మిత్తు దొర 1843 ఏప్రిల్ 23 తేదీన అమలాపురంలో జమాబందీ చేస్తువుండగా అమలాపురం గ్రామ మునసబు నకు రాజమండ్రీ జిల్లాకోర్టు జవాను హుసేనుబేగు హాజరు సమను పట్టుకువచ్చాడు. అయితే జమాబందీ పూర్తి అయ్యే వరకూ వెళ్లడానికి కలెక్టరు అంగీకరించనందున శిరస్తాదారు గారా సమను అమలు జరిగించలేదు. సాహెబుకు కోపంవచ్చింది. శిరస్తాదారు గారింటికెళ్లేటప్పుడు కత్తితో డొక్కలో పొడిచాడు. రెండురోజులకాయన చనిపోయాడు. శిరస్తాదారు పదవి ఖాళీలో కొత్త వారిని నియమించక క్రింది ఉద్యోగిని ఆక్టింగ్ చేయమన్నాడు స్మిత్తు దొర. ఇంతలో ఈ రాజమహేంద్రవరం జిల్లా ఆర్థిక పరిస్థితులు బాగ లేక పోవడము కలెక్టరు ఎంత. కఠినంగా వసూలు చేయించనా 1837-38 లో రు2142002 రూపాయలునుండీ రివిన్యూ ఆదాయము 17 లక్షలు వరకు పడిపోవడము, 1839 సం. తుఫాను వచ్చి సముద్రం పొంగి భూములు ముంచివేసి పాడిపంటలు పోవడము, తరువాత రెండేళ్లు దుస్థితి లో రైతులు బాధపడి భూములు వదిలి పెట్టడంవల్ల రివిన్యూ బోర్డు వారు కళ్లు తెరచి జిల్లా పరిస్థితులను గురించి విచారించుటకు సర్ హెన్రీ మాంటుగోమరి అనే రివిన్యూబోర్డు దొరగారిని స్పెషల్ కమీషనర్ గా నియమించారు. స్మిత్తు దొర చాల పెంకె వాడు. తన జిల్లాపరిస్తితులను గురించి విచారించడానికి వచ్చిన స్పెషల్ కమీషనరుకు సహకరించక ఆయనతో గ్రామ పరిస్థితులను గురించి విచారించడానికి వెళ్లక ఆటంకాలు కలిగించడం ప్రారంభించాడు. అంతట 11-08-1843 తేదీన స్మిత్తు దొరను జిల్లానుండి బదలీచేసి కలెక్టరు కచేరీ పనులు కూడా మాంటుగోమరి గారినే చూడవలసిదని మద్రాసు ప్రభుత్వమువారు ఉత్తర్వులు చేశారు. కొన్నినెలలాయనాపని చూశాడు. తరువాత ప్రెండర్ గాస్టుగారు తాత్కాలింగా కలెక్టరుగా వచ్చారు. 1844-45 సం లో C.J. Bird దొర కలెక్టరుగా పనిచేశాడు. తరువాత ప్రెండర్ గాస్టు దొరను పర్మనెంటు కలెక్టరుగా నియమించారు. 1844సం లో కంభంనరసింరవు గారనే దేశస్థ మాధ్వ వేపారీల బ్రాహ్మణని జిల్లా శిరస్తాదారుగా నియమించారు.

జమాబందీ

జమాబందీ అనగ శిస్తుల నిర్ణయాలు. Settlement of Assessment అని బ్రౌణ్య నిఘంటువు సేకరణ. ఇంగ్లీషు కంపెనీ పాల్యకాలంలో గ్రామ రైతులవల్ల చెల్లవలసిన శిస్తుల నిర్ణయమును జిల్లా కలెక్టరులు వారి శిరస్తాదారుల సహాయంతో తాలూకా కచేరీలో గ్రామ కరణాలను

సమవేశపరచి లెక్కలను తనిఖీ చేసి ప్రతిసంవత్సరము తుది నిర్ణయము చేస్తూ వుండేవారు. గ్రామ రైతుల భూములు అమరక పరచి సాగుబడిని అక్కడక్కడ తనిఖీచేసి పండిన పంటలు అంచనా వేసి సర్కారుకు చెల్లిందవలసిన రాజభాగము విడదీసి ..... పడి అమ్మించి శిస్తులు వసూలు చేయించేవాడు. దీనికి ప్రత్యేక సిబ్బంది వుండేది. కలెక్టరు కచేరీ ఉద్యోగులను హుజూరు కచేరీ ఉద్యోగులనేవారు. తాలూకాకు అధికారియైన తాశీల్దారు క్రింద పనిచేసే ఉద్యోగులుండేవారు. గ్రామ కరణాలు లెక్కలు వ్రాసేవారు. తాలూకా కచేరీ ఉద్యోగులు హుజూరు కచేరి ఉద్యోగులు గ్రామాలకు వచ్చినప్పుడు వారికి రైతులు సప్లైలు చేసేవారు. పండిన పంటల అంచనాలు ఈతి బాధల వల్ల కలిగిన పంటనష్టాలను గూర్చి తాశిల్దారు విచారించి శిస్తును తగ్గించి రెమిషన్ సిఫారసు చేస్తే కలెక్టరు తుది నిర్ణయంచేసేవాడు. అందువల్ల తాశిల్దారును రైతులు మంచి చేసుకోడానికి ప్రయత్నించి ముడుపులు సమర్పించేవారు. పంట తనిఖీ చేయటానికి వచ్చిన ఉద్యోగులకు ముడుపులు చెల్లించేవారు. ప్రతిఏటా తాలూకా కచేరీలో జమాబందీ కి వచ్చే గ్రామ కరణాలు రైతులు వగైరాల వసతి కోసం పెళ్లిపందిళ్ల వంటి పందిళ్లు వేసేవారు. కలెక్టరు కొన్ని తాలూకాల లెక్కలు తనిఖీ చేయగా హుజూరు శిరస్తాదారు తక్కిన గ్రామ కరణాల లెక్కలు తనిఖీ చేసేవాడు. ఈ లెక్కలను పూర్వం మహరాష్ట్ర భాషలో కొన్ని నమూనా Forms లో వ్రాయించేవారు. అప్పట్లో శిరస్తాదారులలో చాలామంది మహరాష్ట్ర మాధ్వ బ్రాహ్మణులే (మా తాతయ్యగారైన తిమ్మరాజుగారు నియోగి శిరస్తాదారు ఒక్కడే చేరాడు)

100 లేక 200 గ్రామాలకు కలిపి కొన్ని వేల పొలాల లెక్కలుండేవి. అందుకోసం గ్రామ కరణాలు జమాబందీ రోజులలో రాత్రింబవళ్లు.లెక్కలు వ్రాయించటానికి చాలా బాధపడేవారు. జమాబందీలో జరిగిన తనిఖీ లెక్కల రిపోర్టును కలెక్టరు మద్రాసులో రివిన్యూ బోర్డుకు పంపాలి. దానికి కూడా నమూనాలో తయారు చెయ్యాలి. కొన్ని వేలమంది రైతులు తాలూకా కచేరీ కి వచ్చేవారు. వేరు వేరు చోట్ల వేరు వేరు గ్రామాలలో జమాబందీ జరుగుతూవుండేది. ఇన్నిన్ని .ఇంత తక్కువ వ్యవధిలో ఇంతపెద్ద లెక్కలును తయారు చేయడము చాల కష్టమైన పని. జమాబందీ జరిగిన రెండుమూడు నెలలకు రెవిన్యూ బోర్డుకు లెక్కలు పంపేవారు. ఈ లెక్కలను తాశీల్దారు హుజూరు కచేరీకి పంపగా వారు రివిన్యూ బోర్డుకు పంపేవారు. ఈ లెక్కల నమూనాలలో 1200 columns వుండేవి. ఇలాంటి లెక్కల ప్రతులు రెండు రెవిన్యూబోర్డుకు పంపాలి. ఒకటి మహరాష్ట్ర భాషలోను ఇంకోటి ఇంగ్లీషులోను తయారు చేసేవారు. దీనికి రెండు నెలలు పట్టేది. సాధరణంగా కలెక్టరు రెమిషన్ ఇచ్చేవాడు కాదు. పూర్వపు సంవత్సరాల శిస్తు బకాయిలు పెరుగుతూవుండేవి. పొలాలు సాగులేనివి బంజరు గావుండిపోయినవి ..... చూపేవారు. వాటిపై శిస్తులు రైతులకు ఋణ భారంగా వుండేది. రైతు శిస్తు చెల్లించే స్థితిలో లేనప్పుడే శిస్తును మాఫీ చేసేవారు.

1835 సంవత్సరం లో కాకినాడలో గ్రాంటు దొరగారు కలెక్టరుగానుండగా మే నెలలో జిరిగిన జమాబందీని గూర్చి కుందూరి దాసన్నకవి వర్ణిస్తూ జమాబందీ దండకమును రచించారు. ఆ దండకము 1897 సం. దాసు శ్రీరాములు గారి రికార్డులో నుండగా వారి కుమారుడైన దాసు కేశవరావుగారు ఈ దండకమును వాణీ ప్రెస్సులో అచ్చువేయించారు. 1974 సం. లో నేను పునముద్రణ చేయించాను. తెనాలి గ్రామోద్యోగ సంఘము వారు అచ్చు వెయించారు. ఈ దండకం చరిత్రాంశాలను గూర్చి 1-12-1984 తేదీన రాజమహేంద్రవరం లోని సమాలోచన పత్రిక లో నేను వ్యాసం వ్రాసి ప్రకటించాను. 1835 సం. లో మా తాతయ్యగారైన తిమ్మరాజు పంతులుగారు కాకినాడ కలెక్టరు కచేరీలో ఇంగ్లీషు రికార్డు కీపరుగానుండేవారు. ఆయనను అప్పుడప్పుడు duties మీద పంపేవారు. 1834సం. లో కొత్తపల్లి అమలుదారు లేక తాశీల్దారు జొన్నలగడ్డ కొండయ్య గారు, ఆయన సోదరుడు మల్లపరాజు గార్ల అవినీతి పరులై అక్రమాలు చేసినదానిని గూర్చి విచారించడానికి తిమ్మరాజుగారిని పంపించారు. ఆయన రిపోర్టు హైదరాబాదు ఆర్కైవ్సు(Archives) లో ఉన్నది.

1835 సం. మే నెలలో గ్రాంటు దొర గారు కాకినాడలో జమాబందీ జరిపించిన వర్ణన పిఠాపురం ఎస్టేటు లోని గ్రామాల జమాబందీ దండకంలో వివరించివున్నది. అప్పట్లో శిరస్తాదారైన న్యాపతి శేషగిరిరావు గారు గుంటూరులోను తరువాత అక్కడనే ఉద్యోగం చేసినందువల్ల కాకినాడలో లో తాత్కాలికంగా జమాబందీ కాలం లో శ్రీనివాసయ్య, జిడ్డు లక్ష్మయ్య వెంకటానంద రాయడు అనే వారు శిరస్తాదారు స్థానే జమాబందీ పనులు నిర్వహిస్తున్నారు. పిఠాపురం జమీందారీ అప్పట్లో Court of Wards క్రిందవుండగా ఆ గ్రామాల జమాబందీ కాకినాడ తాలూకా కచేరీలో జరిగింది. ఆ జమాబందీ చిత్రవిచిత్ర వృత్తాంతాలు కవివర్ణించాడు. జమాబందీ అంతమునాటికి పెద్దాపురం లో నాలుగు ఠాణాల జమాబందీ మిగిలిపోయింది. అప్పట్లో ముంగనూరి లక్ష్మీనరసింహంగారనే దేశస్థ మాధ్వ పంతులుగారు శిరస్తాదారుగా వచ్చి ఈ పెద్దాపురం ఠాణాల కరణాల లెక్కలు విచారించుటకు రావలసినదని జిడ్డులక్ష్మయ్యగారికి తాకీదు పంపగా లక్ష్మయ్యగారు పెద్దాపురం తాలూకా కచేరికి వెళ్లారు. అక్కడ జమాబందీ జరిగింది. బహుశా జిడ్డు లక్ష్మయ్య గారు హెడ్ గుమాస్తా అయ్యుంటారు. జిడ్డు లక్ష్మయ్య గారు వెలనాటి వైదీకి. కలెక్టరు కచేరీలో శిరస్తాదారు పని నిర్వహిస్తూవున్న శ్రీనివాసయ్య చేసే, వెంకటానంద రాయ, నీలాద్రిరాయడు గారు దేశస్థ మాధ్వ పంతుళ్లే.

కొత్తగా నియమింప బడిన ముంగమూరు లక్ష్మీ నరసింహము గారు చాలాకాలంనుండీ కంపెనీ ఉద్యోగంచేస్తూవుండిన అనుభవజ్ఞుడైన దేశస్థ మాధ్వ పంతులు. ఆయనను గూర్చి డా. ఫ్రైకెన్ బర్గ్ గుంటూరు డిస్ట్రిక్టు అనే గ్రంథంలో వ్రాసియున్నాడు. పెద్దాపురం ఠాణాలాకు సంబంధించిన జమా బందీకీ ఆయన వచ్చినప్పుడు జమాబందీ లెక్కలు నమూనాలలో వ్రాయించడానికి కరణాల లెక్కలను

అనుభవజ్ఞుని చేత వ్రాయించేవారు. ఆయనకు ముడుపు చెల్లించని వారు ఎంత జాగ్రత్తగా వ్రాసినను హుజూరు కచేరి ఉద్యోగి అది బాగాలేదని త్రిప్పి వ్రాయించేవారు. గ్రామానికి నాలుగైదు రూపాయలని నిర్ణయించి లెక్కలు వ్రాయించేవారు. ముంగమూరి లక్ష్మీనరసింహం గారు జమాబందీ లేక్కల తనిఖీ చేసిన తర్వాత రైతులకు పట్టాలు వ్రాయించి యిచ్చేవారు. జమాబందీ రోజులలో జరిగిన చిత్రవిచిత్ర ఖబుర్లు చెప్పుకుంటూ వెళ్లేవారు. జమా బందీ దండకములో ఆకాలమునాటి జమా బందీ పధ్ధతులు అందులోని తికమకలు చక్కగా వర్ణింపబడినవి. దాసన్న కవి కూడా ఒక కరణమైనందువల్ల ఆయనకు దానిలోని లోదుపాదులు పూర్తిగా తెలుసును.

మాంట్గోమరి రిపోర్టు

రాజమహేంద్రవరం జిల్లా ఆర్ధిక పరిస్థితులు విచారించి రివిన్యూ పడి పోవడానికి కారణాలు నిర్ణయించడానికి హెన్రీ మాంట్గోమరి (సర్) గారిని నియమించారు. స్మిత్తుగారాయన తోసహకరించక విచారణకు ఆటంకాలు కూడా కలిగించాడు. అంతట స్మిత్తు దొరను బదలీ చేసి మాంట్గోమరిగారినే కలెక్టరు పని కూడా చూడమన్నారు. ఆయన విచారణ చేసి 18-03-1844 తేదీన తమరిపోర్టను ప్రభుత్వానికి సమర్పించారు.

అతి వృష్టి అనా వృష్టి సంగతి వివరించటమేగాక జిల్లా పరిపాలనలోని లోటుపాట్లు కూడా ఆయన వివరించారు. హుజూరు కచేరీలోను తాలూకా లలోనున్న దేశస్థ మాధ్వ యుద్యోగులలో అవినీతి, కుట్రలు జిల్లాలో వసూలైన సొమ్ము యావత్తు ఖజానాకు పంపక "గ్రామ ఖర్చు" లనే పేరుతో నూటికి 91/4 % వంతులు మినహాయించి దానిని లంచాలు వగైరాల క్రింద ఖర్చు పెడుతూవుండడము, జమీందారులు భోగలాలసులై దుబారా చేస్తూ తమ ఎస్టేటులను సరిగా మేనేజిమెంటు చేయక దివానులపై న ఆధార పడడము, శిస్తువసూళ్లు లో ఒక పద్ధతి అంటూ లేక పోవడము అతి వృష్టి అనావృష్టిలోకూడా రైతుల పంటల ను లాగి కొని పూర్తి శిస్తు వసూలు చేయడము రైతులు దిక్కు లేక భుములు వదులు కొని పోవడము జిల్లాలో పల్లంసాగుకు సరియైన నీటి వనరులు లేక పోవడము, మైనరు ఇరిగేషను వర్క్సు మరమ్మతు చేయక పోవడము మరమ్మతుల కోసము మంజూరు చేసిన సొమ్ము సక్రమంగా వినియోగించక పోవడము మొదలైన లోపాలన్నిటి నీ మాంట్గోమరి గారు తమ నివేదిక లో వివరించారు. మాంట్గోమరి గారు తంజావూరు లో పనిచేసి యుండి కావేరీ నదిపైన కొల్లడము ఆనకట్ట కట్టి నందువల్ల అక్కడ పల్లం వ్యవసాయానికి కలిగిన లాభమును చూచిందువల్ల గోదావరీ మహానదీ జలాలు ఇలాగ వృధా గా

సముద్రానికి పోతూవుంటే వాటికి అడ్డుకట్ట కట్టి సాగుకు వినియోగిస్తే వచ్చే లాభములను ఉగ్గడించి దీని సంగతి కొంత కాలంనుంచి అలోచనలో వున్నప్పటికీ త్వరగా నిర్వహించక పోవడము బాగాలేదని గట్టి గా వ్రాశారు. ఆయన సమర్పించిన నివేదికు రివిన్యూ బోర్డు వారు 1845 ఏప్రయల్ నెలలో పరిశీలించి ఆయన గారి అభిప్రాయముల తో ఏకీభవించి ప్రభుత్వానికి పంపించారు.

పిఠాపురం జమీందారీ

రాజా గంగాధర రామారావు (1844-1890) (రాజాగారు మైనరుగానుండిన కాలంలో రాజమహేంద్రవరం జిల్లా కు హుజూరు శిరస్తాదారుగా నుండిన తిమ్మరాజు పంతులు గారే పిఠాపురం సంస్థానానికి Court of Wards Manager)

పూర్వం పిఠాపురం జమీందారుగారైన రావు వేంకట నీలాద్రిరావు గారు 1828 సం. లో చనిపోగా కుమారుడు రావు సూర్యారు గారి మైనారిటీ కాలోంలో ఎస్టేటు ను Court of Wards క్రింద వుంచి రాజమహేంద్రవరం కలెక్టరు మానేజిమెంటు క్రింద వుంచారు. ఆయనకు 15-09-1841 సం. లో మైనారటీ తీరినాక కలెక్టరు స్మిత్తు గారు ఎస్టేటును ఆయనకు స్వాధీన పరచక ఆయన మైనారిటీలో ఆయన మామగారు, బావగారు చాలా ఖర్చులు చేశారనీ పేష్కషు బాకీ వున్నదన్నీ ప్రభుత్వానికి రు. 98691 బాకీవున్నదని పేచీలు పెట్టి ఎస్టేటును స్వాధీన పరచలేదు. 1841 నుండి సాలుకు లక్ష రూపాయలు చొప్పున ఎస్టేటు ఆదాయంలో మిగులుతూవున్నప్పటికీ దానిని పేష్కషు క్రింద జమ కట్టలేదు. ఈ అన్యాయమును గూర్చి జమీందారు గారు మొరపెట్టుకోగా రివిన్యూ బోర్టువారు దీనిని గూర్చి కూడా

మాంట్గోమరి గారినే విచారిచమన్నారు. అంతట సాలుకు లక్ష రూపాయల ఆదాయంరాగల ఏడు ముతాలు మాత్రం మినహాయించి (మునికొడవలి, కొవ్వూరు, పెనుగొండ, భీమునిపల్లి, పోడూరు మరి రెండు ముఠాలు) మిగతా సంస్థానమును వెంటనే జమీదారు కు స్వాధీన పరచవలసిదని మాంట్గోమరి గారు సిఫారసు చేశారు. ఆ ఏడు ముఠాలను తిరిగి యిప్పించమని రాజాగారు అర్జీలు పంపుతూవున్నప్పటికీ కంపెనీ ప్రభుత్వం వారు వాటిని తిరిగి ఇవ్వలేదు. ఇంతలో సూర్యారావు గారు 27-11-1850 వ తేదిన దివంగతులైనారు. అప్పటికాయన పెద్ద కుమారుడు మైనరైనందున మళ్లీ ఎస్టేటు Court of Wards క్రింద వుంచారు. కలెక్టరు ప్రెండర్ గాస్టు గారు ఎస్టేటును స్వాధీన పరుచుకొన్నారు . మా పితామహులైన తిమ్మరాజుగారిని నెలకు రు 250 లు జీతంపైన Court of Wards Manager గా నియమించారు.

ఆనకట్టకు పూర్వపు కాలువలు

1848-1852 సం. లకు మధ్య గోదావరికి ఆనకట్ట నిర్మించడానికి పూర్వము గోదావరి డెల్టా లో కొన్ని కాలువలుండేవి గాని అవి నదీగర్భమట్టానికి 12-15 అడుగుల లోతుగా నుండినందువల్ల వర్షాలు బాగా కురిసి నదిలో నీరు పుష్కలంగా నున్నప్పుడు తప్ప ఆ కాలువలలోకి నీరు ఎక్కేది కాదు. అందువల్ల సంవత్సరం లో 50 రోజులకన్న నీటిసాగుకుపయోగపడేవి కావు. తూర్పు వైపున తుల్య భాగం **బొప్పెల్లటేకి, మునకపల్లి** కాలువలుండేవి. డెల్టా మధ్యభాగంలో నీటి వనరుల సౌకర్యము లేవు. పడమర **అప్పారావు కాలువ కుయ్యేరు** లో పడేది. ఇది రాజమండ్రీకి దిగువ కొన్నిమైళ్లు నుంచి వచ్చినది.

ఉసులూరు మర్రి కాలువ గోస్తనీ నది కి వనరు. భూపయ్య కాలువ డెల్టాకు 20 మైళ్ల దిగువ కాకరపర్రు నుండి పోయేవి. **పేముల కాలువ ముఖాలలో** చాల ముఖ్యమైనది. **ఖండవల్లి, సిద్ధాంతము, ఆచంటల** దగ్గరనున్నవి. తరువాత ఆనకట్ట కట్టినప్పుడు వెంటనే లాభం పొందినవి తూర్పున తుల్యభాగ దాని శాఖలు, పడమర **అప్పారావు కాలువ** ద్వారా **కుయ్యేరు** మాత్రమే. అందువల్ల ఆనకట్ట సాధ్యమైనంత విశాల దేశానికుపయోగ పడాలంటే పాతకాలువలను లోతు చేసి కొత్త కాలువలు త్రవ్వాలి. **సామర్లకోట కాలువ, కాకినాడ కాలువ, రామచంద్రపురం కాలువ, కోరంగి కాలువ** నదియొడ్డు కాలువ, **కోటిపల్లి కాలువ** అనేవి తవ్వడానికిదేకారణం. ఈ పధకమును ఆనకట్ట నిర్మించిన కాటన్ గారే తయారు చేశారు. See Chapter III. Godavari District Manual(irrigation Department)

గోదావరి ఆనకట్ట నిర్మాణము

ఆర్ధర్ థామస్ కాటన్ (1803-1899)

మాంట్గోమరి గారి సూచనలను పురస్కరించుకుని గోదావరీ ఆనకట్ట నిర్మాణాన్ని గూర్చి పరిశీలించి పథకమును తయారు చేయడానికి కొల్లడము ఆనకట్ట నిర్మించిన కెప్టెను ఆర్ధరు కాటన్ గారిని 1845 సం. లో రాజమండ్రికి ఇంజనీరుగ బదిలీ చేశారు. అంతట కాటన్ గారు పరిస్థితులను పరిశీలనచేసి ధవిళేశ్వరం దగ్గర ఆనకట్ట నిర్మాణంచేయడానికి పథకము తయారు చేసి ప్రభుత్వానికి పంపగా గవర్నరుగారు 1846 సెప్టెంబరులో సీమలోని కంపెనీ డైరెక్టర్లకు దానిని సిఫారసు చేశారు. కొద్ది నెలలో అనుమతి వచ్చినది. 1847 ఏప్రియలులో పని ప్రారంభమైనది.

ధవిళేశ్వరం, పిఠాపురం జమీందారీలో చేరిన గ్రామం. అది గొప్ప వైష్ణవ క్షేత్రం. అక్కడ గోదావరి 4 మైళ్ల వెడల్పు. అయితే అందులో మూడవ వంతు చిరకాలం క్రిందనే ఏర్పడిన ఎత్తయిన లంకలున్నవి. గోదావరి రెండు పాయలై గౌతమి వశిష్ఠ నదులు వల్ల డెల్టా ఏర్పడినది. దగ్గర లోనే రాయి సున్నము కొండల లో దొరుకుతుంది. అందువల్లనే కాటను దొరగారు ఆనకట్ట నక్కడ కట్టెందుకు పథకంవేశారు. అప్పటి పిఠాపురం జమీందారు రావు సూర్యా రావు గారు ఈ ఆనకట్ట నిర్మాణానికి కావలసిన సహాయమంతా చేయడానికి పూనుకున్నారు. ఆనకట్ట నిర్మించడానికి సిబ్బందికి కావలసిన ఇళ్లు షెడ్లు కచ్చేరీలు వగైరా నిర్మాణాలకు స్థలములిచ్చారు. ఇంజినీరులకు ఉద్యోగులకు కావలసిన సౌకర్యాలన్నీ కలిగిస్తామన్నారు.

హుజూరు కచేరి ఆనకట్ట విభాగము – ఆనకట్ట సబుకలెక్టరు కచేరి కార్యాలయము

ఆనకట్ట నిర్మాణానికి ముందు చేయవలసిన పనులెన్నోవున్నవి. అందుకోసం జిల్లా కలెక్టరు కచేరీలో ఒక క్రొత్త విభాగమునే నెలకొల్పి నాయబు శిరస్తాదారు క్రింద అకౌంటెంట్లు, గుమాస్తాలు వగైరా సిబ్బందిని నియమించాడు. ఇంజనీరు గారు గవర్నమెంటు కు పంపిచేప్లానులు, ఎస్టిమేట్లు రిపోర్టులతో పాటు కలెక్టరు కచేరీనుండి కూడా అనేక వివరాలు రివిన్యూ బోర్టుకు పంపవలసి వచ్చేది. భూముల వివరాలు ఆయకట్టు పంటలు వగైరాలు ఆనకట్టవల్ల రాగల ఆదాయము వగైరాల అంచనాలు తయారు చేసేనారు. ఆసమయంలో తిమ్మరాజు గారీ క్రొత్త విభాంలో తాత్కాలిక నాయబు శిరస్తాదారుగానో అకౌంటుటెంటుగానో వుడి వుంటారు.

ఆనకట్ట నిర్మాణానికి ముందు జిల్లా కలెక్టరు కచేరీలోని సామాన్య వ్యవహారాలు జరపడమే గాక ఆనకట్ట వ్యవహారాలు చాలా వుంటాయి గనుక కలెక్టరు గారి అధికారాలతో ఆయన క్రింద శిరస్తాదారును గుమాస్తాలను యేర్పాటుచేయడంలో ఆ కచేరీకి తిమ్మరాజు గారి నే తాత్కాలిక శిరస్తాదారు గాని యమించారు. ఆకచేరీ కొన్నాళ్లు రాజమండ్రీలోను కొన్నాళ్లు ధవిళేస్వరం లోను పనిచేసినది. సబు కలెక్టరు Henry Forbes హెన్రీ ఫోర్బ్సు అనే దొర.

అంతట ఆనకట్టకు కావలసిన రాయి, క్వారీ చేయించడము, సున్నము వగైరాలు ఆడించడము. తాపీ పనికి, కమ్మరం పనికి, వడ్రంగం పనికి మేస్త్రీలను నియమించడము, కూలి జనాన్ని తెప్పించడము మొదైన పనులను గురించి తాకీదులు జారీచేశారు. రాయి క్వారీ చేయించి తెప్పించ దానికి ఒక చిన్న ట్రామును వేయించారు ట్రక్కులు తెప్పించారు. ఇనుప సామానులు చేయడానికొక కమ్మర ఖార్కానా వర్కు షాపు నిర్మించారు ఆనకట్ట స్పెషల్ ఇంజనీరు కాటన్ దొరగారు సైనిక శాఖలో కెప్తాను హోదాగల వారు. ఆయన సైనిక శాఖలో ఇంజనీరింగు విభాగానికి సంబంధించిన శాపర్సు అండ్ మైనర్సు అనే దళము వారిని తెచ్చి ధవిళేశ్వరంలో మకాము చేయించి పనులు చేయించారు. కాటనుగారు బొమ్మూరు కొండమీద బంగాళాలో వుండేవారు. ఆనకట్ట పని 1847 సం. ఏప్రియల్ నెలనుంచి ప్రారంభమైనది. ఆ నిర్మాణం జరగుతూ వున్నది. బాగా పని జరుగుతున్న సమయంలో 500 మంది కమ్మరులు 500 మంది వడ్రంగులు 500 మంది తాపీపనివారు ఎడెనిమివేల మంది కూలీ వాండ్రు పనిచేసేవారు.

ఈ పని వాళ్లను కూలి జానాన్ని తెప్పించండలో తాశిల్దారుకు తాకీదులు పంపించి పని ఆలస్యం కాకుండా సరఫరా కావాలని ఆజ్ఞాపించారు. ఆలస్యం అయితే తాశీల్దారులకు జరిమానాలు

బ్లాకుమార్కులు పడేవి. ఆనకట్ట నిర్మాణం అవుతూన్న సమయంలో అక్కడ ఒక చిన్న పట్టణమే తయారైనది. పనిచేసేవారికి భోజనాలకు వసతికి ఏర్పాట్లు వారికి కావలసిన సౌకర్యాలకు ఏర్పాట్లుగాక శాంతి భద్రతలకు పోలీసు స్టేషన్ నేరాలు చేసిన వారిని విచారించి శిక్షించడానికి మేజస్ట్రేటు కచేరీ ఏర్పటైనవి. ఈ వ్యవహారాలన్నటిపైన సబుకలెక్టరు అధికారియైనందువల్ల ఆయన కచేరీ చాల కట్టు దిట్టంగా పనిచేసేది. సబుకలెక్టరు గారు ఎప్పటికప్పు అర్జంటు ఉత్తరువులు జారీ చేసేవారు.

❖ 1849 సం మే నెలనాటికి తిమ్మరాజు గారు హుజూరు హెడ్ క్యాష్ కీపరు గా కాకినాడ కలెక్టరు కచేరీలో ఉద్యోగి అని హైదరాబాదు లో A.P. Archives record వల్ల తెలుస్తూ వున్నది.

ఆనకట్ట పని – సబుకలెక్టరు చర్య

1848 సం. ఏప్రియల్ నెల నాటికి ఆనకట్టలో రెండు భాగాలు 9 అడుగుల ఎత్తుకు లేచి యున్నవి. సామర్లకోట కాల్వకు బిక్కవోలుకు కాపవరమునకు నీరు వదలడంతో జిల్ల అంతా మారుమ్రోగింది.ఇంతలో మె నెలలో కాటన్ గారికి జబ్బు చేయగా ఆయన రెండు సంవత్సరాలు సెలవుపైన సీమకు వెళ్లారు. ఆయన చేతిక్రింద తర్ఫీదైన కెప్టెన్ ఆర్ (Orr) దొరగారు అతి సమర్ధతతో ఆనకట్ట నిర్మాణం జరిగించ సాగినారు. వేణ్ణం వీరన్న గారనే శిష్టు కరణం కులస్థుడు ఈ దొరల దగ్గర తర్ఫీదై ఆనకట్ట పనులను అతి నేర్పుతొ నిర్వహించాడు.

1849 సం. నాటికి ఆనకట్ట విఝేశ్వరం పాయ కూడా 9 అడుగులు లేచింది. 1849-50 సంవత్సరములో గోదావరికి గొప్ప వరదలు వచ్చాయి. 1850 జూన్ నెలలో కాటన్ దొరగారు సెలవునించి తిరిగి వచ్చారు. అప్పటికి మూడవ పాయపూర్తి యైనది. ర్యాలిపాయ మిగిలినది.ఆనకట్ట సబుకలెక్టరు చాలా చరురకైనవాడు, ఛండశాసనుడు. అతడు చాలా కష్టపడి పనిచేయడమేగాక తనకచేరీలోని వారి నందరిచేతను కష్టపడి పనిచేయించేవాడు. జిల్లాలోని తాశీల్దారు వగైరాలకు ఆనకట్టకు కావలసిన కూలీలు సప్లయి వగైరా పనులన్నీ చురుకుగా సక్రమంగా జరగవలెనని లేక పోతే కఠిన చర్యలు తీసుకంటానని తకీదుల జారీ చేశాడు.

ఆసమయంలో రోజుకు ఏడు వేలు మొదలు పది వేలమంది కూలీజనం కావలసివచ్చేవారు. ప్రతి గ్రామం నుండీ గ్రామమునసబు కొంతమంది కూలీలను పోగు చేయాలి. లేకపోతే అతనిని పనిలోనుండి తీసివేసేవారు. శిక్షలు విధించేవారు. ఈ కూలి జనాన్ని పోగు చేసి పంపడం వగైరా పనుల తాశీల్దారు, శిరస్తాదారు అప్రమత్తతతో జరింగించాలి లేకపోతే వారినీ సస్పెండు చేయ్యడంగాని, బర్తరఫ్

చేయడంగాని జుల్మానాను విధించడంగాని చేసేవారు. కూలి జనానికి అధికారుల ఇవ్వ నిర్ణయించిన కూలి చాలా తక్కువగానుండేది. ఆనాలుగు డబ్బులు కూడా కూలి వాళ్ల చేతుల్లోపడేవి కావు. మధ్యవాళ్లు కమీషన్లు కొట్టేవారు. కూలి వాళ్లు రావడానికి ఇష్టపడకపోతే బలవంతంచేసేవారు. పారిపోతే పట్టుకొని శిక్షించి పని చేయించేవారు. అక్కడ ఒక మేజిస్ట్రేటును పోలీసు సిబ్బందిని నిఘావుంచారు. ఈ కూలి జనానికి కడుపునిండా తిండి వుండేది కాదు. వాళ్లకు భోజనాలు పెట్టించటానికని చుట్టుపక్కల ఊళ్లలో చందాలు వసూలు చేసేవారు. ఇలాగా బలవంతం చేసి పట్టితెచ్చి వెట్టి చాకిరీ చేయించిన కూలీవాళ్లే తప్ప తమంత తాము గా వచ్చిన కూలి వాళ్లు లేనేలేరని గంజాం జిల్లా కలెక్టరుగాను గవర్నరు ఎజంటు గాను పని చేసిన స్మాలెట్టు గారు తమ పుస్తకం లో వ్రాసి 1858 సం. లో ప్రకటించారు$($ Madras and its civil administration) ఆనకట్ట పనులలో ఏమాత్రం ఆలస్యం జరిగినా లోపం జరిగినా సబుకలెక్టరు సహించేవాడు కాదు. కూలీలను పోగు చేయించడంలోను వారి చేత పని చేయించడములోను స్మాలెట్టు గారు వర్ణించిన క్రూర విధానములన్నిటినీ సబ్ కలెక్టరు గారు అమలు జరిపించేవారు. తప్పు చేసిన ఉద్యోగులు మొదలైన వారిని సస్పెండు చేసి జుల్మానా లు వేసి కఠినంగా శిక్షించేవాడు. ఫోర్బ్సు దొరగారు 08-06-1850 తేదీ వరకు సబు కలెక్టరుగా వున్నాడు. తరువాత వేరే పనిమీద వెళ్లాడు.

ఆ సందర్భములో ఒక మారు ఆనకట్ట పనిలో ఏదోలోపం జరుగ గా సబ్ కలెక్టరు గారందరిని కఠినంగా శిక్షించటమేగాక తన శిరస్తాదారు తిమ్మరాజు గారికి కూడా ఒక అణా జుల్మానా విధించాడు. ఇందులో తాము చేసిన లోపమేమీ లేదని ఇది అన్యాయమని తిమ్మరాజుగారు జిల్లా కలెక్టరుపై అధికారిగా 1849 సం. లో నియమింపబడిన ఉత్తర సర్కారుల కమీషనర్ సర్ వాల్టర్ ఇలియట్ దొరగారి దగ్గర అపీలు దాఖలు చేశారు

- ❖ ఈ వేణ్ణం వీరన్న గారికి ప్రభుత్వంవారు 1860 ఏప్రియల్ నెలలో బిరుదునిచ్చారు
- ❖ కృష్ణానదీ ఆనకట్ట నిర్మాణంలో కూడా వెట్టి చాకిరీ చేయించే వారు అని ఆ జిల్లా మ్యాన్యువల్ లో నున్నది
- ❖ హైదాబాదు లోని ఆంధ్రప్రదేశ ప్రభుత్వ ప్రాచీన పత్ర కార్యాలయం(Archives) లోని పాత కవితెలలో 1849 సం. మే నెలనుండి సస్పెషన్లు డిస్మిస్సులు జరిమానాలు వగైరా శిక్షలు పొందిన ఉద్యోగుల జాబితాను రాజమహేంద్రవరం కలెక్టరు , ఉత్తర సర్కారు కమీషనర్ రద్దుకు పంపుతూ వ్రాసిన లేఖలు కనబడినవి.

దిగవల్లి రాజన్నగారి కథ

దిగవల్లి రాజన్నగారు తిమ్మరాజుగారి తమ్ముడు. తిమ్మరాజు గారు ఆయనను స్వగ్రామమునుండి తీసుకువచ్చి విద్య చెప్పించి వివాహంచేశారు. 1828 సం. మార్చి నెలలో కలెక్టరు గారికి చెప్పి కాకినాడ తాలూకా పేష్కరు ఉద్యోగము ఇప్పించారు. 1834 సం. వరకూ రాజన్నగారు తిమ్మరాజుగారింట్లోనే వున్నారు తరువాత వేరింటి కాపురము పెట్టారు ఆయన ఉద్యోగరీత్యా తుని వగైరా గ్రామములలో పనిచేశారు. తిమ్మరాజుగారి పిత్రార్జితంగా సంపాదించిన ఆస్తిలో తమకు కూడా భాగం ఇవ్వవలసినదని అన్నగారితొ తగదా పడటం ప్రారంభించారు. అందువల్ల కొంత మనస్పర్ధయేర్పడినది. 1849 సం లో తిమ్మరాజుగారు కలెక్టరు కచేరీలో హుజూరు హెడ్ క్యాష్ కీపరు గా నున్నారు★ మధ్యమధ్య కలెక్టరు గారి ఉత్తర్వులపైన ఇతర డ్యూటీలు కూడా చేస్తూవుండేవారు. అప్పట్లో ఆనకట్ట సబ్ కలెక్టరు ఫోర్బ్సు గారి క్రిందకూడా పనిచేశారు. రాజన్నగారు 1849 సం. లో పెద్దాపురం అమలుదారు గానున్నారు. ఆయన అనుభవజ్ఞుడైన ఉద్యోగియె గాని మనిషిలో కొంత చాందసముండేదట. ఆయనకు బ్రహ్మచెముడు. ఆయనను ఎవరైనా ఏమన్నా అంటే పడదు. ఆ సంగతి పెద్ద కలెక్టరైన ప్రైండరు గాస్టు గారికి తెలుసు. రాజన్నగారు 1849 వేసవి కాలం లో పెద్దాపురం అమలు దారు లేక తాశిల్దారు ఉద్యోగ విధులను నిర్వహిస్తూ జూన్ నెలారంభములో మన్యప్రదేశమైన జడ్డంగికి వెళ్లారు. ఆ యండలలో తిరగడం వల్ల ఆయనకు వేడిచేసి ముక్కంట రక్తం కారటం ప్రారంభమైనదట. ఆయన పెద్దాపురం తిరిగి వచ్చేసరికి ఆనకట్ట సబుకలెక్టరు దగ్గరనుండి ఒక తాకీదు వచ్చివున్నది. ఆనకట్ట అసిస్టెంటు సివిల్ ఇంజనీరు గారికి ఆనకట్ట పనిలో కావలసిన సున్నము కూలీలు సప్లై సందర్భములో పెద్దాపురం తాశిల్దారు ను ఆరు బళ్ల సున్నం వెంటనే పంపిచవలసినదని, కొంతమంది కూలీలను సరఫరా చేయవలసినదని సబుకలెక్టరు గారి తాకీదులోనున్నది. జూన్ నెల 6 వ తేదీన రాజన్నగారు స్వయంగా ధవిళేశ్వరం వెళ్లలేక తన క్రింది ఉద్యోగి ద్వారా కొంతమంది కూలీలను పంపించారు. సున్నం పంపటానికి కూడా ఏర్పాటు చేశారు. ఇంకా కొందరు కూలీలను కూడా పోగుచేసి 7వ తారీకున తీసుకి వెళ్లే ప్రయత్నంలో వున్నారు. ఈ లోపుగా పెద్దాపురం అములుదారు తన విధిని సరిగా నిర్వహించలేదని పని లో ఆలస్యం చేశాడని సివిల్ ఇంజినీరు, సబుకలెక్టరు పెద్ద కలెక్టరైన ప్రెండర్ గాస్టు గారికి ఫిర్యాదు చేశారు. అంతట పెద్ద కలెక్టరు గారు రాజన్నగారిని డిస్మిస్ చేస్తూ కుప్పురావుగారనే ఉద్యోగికి ఛార్జి వప్పగించవలసినదని ఉత్తర్వును పంపించారు. ఈ లోపుగా రాజన్నగారు తక్కిన కూలీలతో రాజమండ్రీ వెళ్లారు ధవిళేశ్వరం వెళ్లి పని చూడవససిదని సబుకలెక్టరుగారు అన్నారు. తరువాత మళ్లీ వెళ్లగా దర్శనం యివ్వలేదు. తాను పనిలో అశ్రద్ద చేయలేదనిన్ని తనకు జబ్బుచేసినా కూలీలను సప్లై చేశాననీ సబుకలెక్టరు గారు తనకు

దర్శనమివ్వలేదనీ తాను 20 సంవత్సరములు సర్కారు ఉద్యోగం మచ్చలేకుండా పనిచేశాననీ తనను ఉద్యోగం లోనించి తీసివేస్తే తనకు జీవనము జరుగదనిన్నీ తనను ఆదుకుని సిఫారసుచేసే వారెవరూ లేరన్నీని తనను కరుణించవలసిన దనన్నీ రాజన్న గారు 11-06-1849 తేదీన పెద్ద కలెక్టరు గారికి రాజమహేంద్రవరంనుంచే అర్జీ పంపిచారు. ప్రెండర్ గాస్టు గారు రాజన్నగారి వ్యవహారమును గూర్చిన వివరాలు తెల్పుతూ ఆయన చెముడు గురించీ ఆయన చాందస్తమును గురించి కూడా రివిన్యూ బోర్డువారికి తెలుపుతూ ఆయనకు తక్కువ భాధ్యతగల ఉద్యోగమునివ్వవలసినదని 14-06-1849 తేదీన వ్రాశారు. ఈ రికార్డు హైదరాబాదు A. P. Archives లో దొరికినది. ఈ వ్యవహారం జరిగిన తరువాతనే రాజన్నగారు తిమ్మరాజుకారి ఆస్తిలో భాగం రావాలనే వాదన వదులుకొంటూ పశ్చాతాపం తో తిమ్మరాజు గారు తనకు చేసిన ఉపకారాలు వివరిస్తూ 11-08-1849 తేదీగల ఖరారు నామా పత్రం వ్రాయించి యిచ్చారు. బహుశః తిమ్మరాజు పంతులుగారు రాజన్నగారిని కరుణించవలసిదని కలెక్టరు గారిని ప్రార్ధించివుంటారు రాజన్నగారి ప్రధమ భార్య చనిపోగా మళ్లీ వివాహము చేసుకున్నారు. పిల్లలులేక పోగా రాజశాఖరుడనే అబ్బాయిని దత్తు చేసుకున్నారు. తిమ్మరాజుగారు 13-01-1856 తేదీన వ్రాసిన విలునామాలో తమ స్వగ్రామములోని ఆస్తిని తమ వాటాను రాజన్న- రాజశేఖరుడు గారికే వదలివేశారు. అప్పటికి రాజన్నగారు జీవించేవున్నారు.

★ హుజూరు హెడ్ క్యాషకీపరు జీతం నెలకు రు 80-100

ఉత్తరసర్కారు కమీషనరు – వాల్టర్ ఇలియట్

రాజమహెంద్రవరం జిల్లా పరిస్థితులను గూర్చి మాంట్గోమరి గారు విచారిస్తున్నసమయంలోనే సర్ బిరుదు పొందిన వాల్టర్ ఇలియాట్ గారు గుంటూరు జిల్లా రాజకీయ ఆర్ధిక పరిస్థితులను గూర్చి 1844సం. లో విచారించారు. అక్కడ కూడా ఆర్ధిక దుస్థితివల్ల ప్రజలు బాధపడడము, పరిపాలనలో లోపాలు వుండడము, జమీందారులు పెష్కషు చెల్లించలేక పోగా చాలా జమీందారీలు జప్తులోనుండడము, వానిని మేనేజ్ చేయటానికి నియోగింపబడిన ఆమీనులు జమీందారులు శిరస్తాదారులును ఇతర రివిన్యూ ఉద్యోగులకు ఆశ్రితులు గా నుండడము, శిరస్తాదారు పదవికి దేశస్థమాధ్వ వ్యాపారీ పంతుళ్లు సబ్నివీసు కృష్ణా రావు గారు న్యాపతి శేషగిరి రావు గారు పోటీ పఢడము, జమీందారులు కల్పించు కొని వారికి మద్దతు చేయడము, రివిన్యూ ఉద్యోగులలో కక్షలు అవినీతి వ్యాపించి జిల్లా పరిపాలన పాడు కావడము గురించి 17-04-1846 తేదీన తమ రిపోర్టు పంపించారు.

ఇలియటు గారి రిపోర్టు వల్ల రివిన్యూ బోర్డు వారు కంపెనీ అధికారులు కళ్లు తెరిచారు. ఉత్తర సర్కారులలో వివిధ జిల్లాముఖ్య పట్టణాలకు దూరంగా మద్రాసులో నున్నందువల్ల వీలు పడడంలేదని అందువల్ల బోర్డువారికి గల అధికారాలతో ఒక స్పెషలు కమీషనరును నియమిస్తే ఆయన ఎప్పటి కప్పుడు దర్యాప్తు చేసి కలెక్టరు కచేరీలను తాశీల్దారు కచేరీలను తనిఖీ చేయడానికి వీలవుతుందని సీమలోని కంపెనీ డైరెక్టరులు తాకీదుపంపగా అనుభవజ్ఞుడైన ఇలియాటు దొర గారిని 1849 సం. లో ఉత్తర సర్కారుల కమీషనరు గా నియమించారు.ఈయన 1854 సం. లో మద్రాసు గవర్నరు కౌన్సిలు మెంబరు అయ్యేవరకూ ఈ పదవిలోనుండి అతి సమర్ధతతో వ్యవహరించారు. ఈయన కలెక్టరులపై అధికారిగా నుండడమేగాక రాజమహేంద్రవరం జిల్లా అభివృద్ధి విషయంలో మాంట్గొమరి గారు సూచనలను అమలు జరిపించడము గూడా ఈయన ముఖ్య కర్తవ్యముగా చేశారు. రాజమహేంద్రవరం గుంటూరు జిల్లాల వలెనే మచిలీ బందరు జిల్లా కలెక్టరు కచేరీ వ్యవహారాలు బాగలేవు. దీనిని గూర్చి విచారణ జరిపారు.

మచిలీ బందరు జిల్లాలో అవినీతి

హుజూరు శిరస్తాదారు ఆయన క్రింది ఉద్యోగులు వేపారి శాఖకు చెందినవారు. కచేరీలో జరిగే అవకతవకలు గాక పేష్కసు బాకీ క్రింద జప్తు చేయబడిన జమీందారీల మేనేజి మెంటు నిమిత్తం అమీనులనే చిన్న జీతం ఉద్యోగులను నియమించడం లో తమ బంధువర్గము వారిని ఆశ్రితులను నియమించే వారు. వారు లంచాలు పుచ్చుకుంటూ కచేరీల ఉద్యోగులకిప్పిస్తూ రైతులను పీడించే వారు. తాలూకాలు పెద్దవిగా నున్నందున తాశీల్దారులు కట్టుదిట్టంగా పనిచేయలేకున్నారని 1835 సం. సెప్టెంబరు 15 వ తేదీన (Wrongton) రాంగ్టన్ అనే కలెక్టరు సిఫారసు ననుసరించి బందరు జిల్లా ను 11 తాశీల్దారీలు గా విభజించారు గాని పరిస్థితులు మెరుగు కాలేదు.

1849 వ సం. నాటికి బందరులో R.T.Porter పోర్డరు కలెక్టరుగా నున్నాడు. అతడు 1842 నుండి కలెక్టరు. అతడు సోమరిపోతు. అసమర్ధుడు. అతని క్రింద హుజూరు శిరస్తాదారు సుందరగిరి రామానుజరావు తెలివైనవాడు. ఇతడు మహారాష్ట్ర దేశస్థ మధ్వ పంతుల్లు. బంధువర్గములో చేరిన గోల్కొండ వ్యాపారి పంతులు. అతడు లంచగొండి అవివీతి పరుడై కలెక్టరు అసమర్ధుడైనందువల్ల ఇతడాడినది ఆట పాడినది పాటయైనది. హుజూరు కచేరీలో చాలకాలము నుంచి ఎట్టి చర్య తీసుకోకుండా పడివున్న అర్జీలు 1849 నాటికి నాలుగు వేలున్నట్లు కనబడినది. కచేరీ అవినీతితో పుచ్చిపోయినది. ఉద్యోగులు బహాటముగాలంచాలు పుచ్చుకొని అక్రమాల జరిగించడము ప్రారంభించారు. ఇలియటు గారి

విచారణవల్ల అతిఘోరమైన సంగతులు వెల్లడియైనవి. అందులో చాలా అన్యాయమైనవి హైదరాబాదు షాహుకారు దుర్గాగిరి గోసాయి కేసు. ఇతడు వడ్డీవ్యాపారి. నూజివీడు జమీందారు కు అప్పులు ఇచ్చి దానిని రాబట్టకోడానికి నూజివీడు వెళ్ల గా జమీందారు మనుషులతనిని కట్టి కొట్టి ఆ ఋణపత్రము మీద బలవంతముగా చెల్లు వ్రాయించాడు. ఈ అన్యాయాన్ని గురించి హెడ్ ఆఫ్ పోలీసుకు చెప్పుకుంటే లాభంలేక పోగా అతడు జమీందారు నౌకరులతో లాలూచీ పడి గోసాయి పైన అబద్ధపు ఖూనీ నేరము బనాయించి అతనిని అతని నౌకర్లను నిజాం రాజ్యములో ఒక కోటలో ఖైదు చేయించాడు. దీనిని గూర్చి మచిలీబందరు కలెక్టరు జిల్లా మేజస్ట్రేటు కచేరీ వారికి ఫిర్యాదు చేయగా హుజూరు శిరస్తాదారు కు జమీందారు లంచమిచ్చి నందువల్ల చర్య తీసుకోకుండా ఉరుకున్నారు ఇలియాటు గారి విచారణవల్ల జమీందారు శిరస్తాదారుకు తొమ్మిది వేల లంచమిచ్చినట్లు బయల్పడినది. కలెక్టరు సరియైన సంజాయిషీ ఇవ్వలేక పోయాడు. అంతట ఇలియటు గారు పోర్టరు దొరను తొలగించి టి.డి లషింగ్ టన్ దొరను కలెక్టరు గానియమించి లంచముల కేసు 1822వ సం. IX వ రెగ్యులేషన్ క్రింద విచారిచడానికి (E.W.Bird) బర్డు దొరను స్పెషలు అసిస్టంటు కలెక్టరుగానియమిచారు. ఆతడు 116 మంది నేటీవు రివిన్యూ ఉద్యోగులపైన లంచముల నేరము మోపి విచారించి కొందరికి జరిమానాలు విధించి కొందరిని సెషన్సు కోర్టు విచారణకు పంపించాడు. అయితే ఆ గుమాస్తాలు మేము నిర్దోషులమని, జమీందారు తమకు లంచాలిచ్చినట్లు తమ లెక్కలలో వ్రాసిన పద్దులు అబద్ధమని ఆ మొత్తాలను జమీందారుగారు వకరే హరించినాడని వాదించారు. కలెక్టరు జరిమానాలు వేయడానికి సరియైన సాక్ష్యం లేదని కేసు రద్దు చేశాడు. జడ్జీగారు ముద్దాయిలను విడుదలచేశాడు.

నూజివీడు జమీందారు గారి వకీలు ఒక రోజున హుజూరు శిరస్తాదారకు తొమ్మిదివేల రూపాయులు ఇచ్చినట్లు పద్దు చూపగా ఆరోజున తమ ఇంట్లో వివాహములు జరుగుతున్నవని అంత రద్దీ సమయంలో అంతమంది ఎదుట లంచ మివ్వడం అసంభవమని శిరస్తదారు వాదించాడు. రామానుజ రావు గారి ని హాజరుకావలసినదని స్పెషలు అసిస్టెంటు కలెక్టరు సమను చేయగా ఆయన జబ్బుగానున్నట్లు ఒక మిలిటరి సర్జను దగ్గరనుంచి సర్టిఫికేటు పంపిచాడు. ఆ రోజున ఆమిలిటరీ సర్జనుకు శిరస్తదారు నాలుగు వేల రూపాయల ప్రామిసరీనోటు నిచ్చినట్లు బయల్పడగా ఆ దొరను కోర్టుమార్షలు చేసి సైనికాధికారులు బర్తరఫ్ చేశారు. ఈ చర్యలవల్ల మచిలీబందరు జిల్లాలోని అవినీతి బాగా వెల్లడియైనది.

తిమ్మరాజు గారి అప్పీలు – యోగ్యతా పత్రం

గుంటూరు మచిలీబందరు జిల్లాలలోని దేశోద్యోగులలో ప్రబలిన అవినీతిని గూర్చి విచారించిన ఇలియటు గారు ఉత్తర సర్కారుల కమీషనరుగా తిమ్మరాజుగారికి పడిన అణా జుల్మానా పైన ఆయన చేసిన అప్పీలు రికార్డు యావత్తూ చాలా జాగ్రత్తా గా పరిశీలించి ఉంటారనడానికి సందేహంలేదు. తిమ్మరాజుగారి తప్పుకాని జరిమానా తీసేయడమేగాక ఆతీర్పు తో పాటు "ఉత్తరసర్కారులలోని దేశీయోద్యోగులందరి లో చాలా సమర్ధుడు నీతి పరుడు" అని యోగ్యతాపత్రం కూడా ఇచ్చారు. ఇది తిమ్మరాజుగారికి చాలా ఉపకరించినది.ఈ సర్టిఫికేటు ను రాజమహెంద్రవరం జిల్లా కలెక్టరైన ఫ్రెండరు గాస్టు చూచి తిమ్మరాజు గారిని ప్రోత్సాహించడానికి నిశ్చయిచాడు. అలాంటి అవకాశం త్వరలో నే కలిగింది.

పితాపురం జమీందారీ మేనేజరు

పితాపురం జమీందారు గారు రావు వేంకట సూర్యారావు గారు 27-1850 తేదీన చవిపోయారు. ఆయన కుమారుడు మైనరు. అందువ్ల ఆ ఎస్టేటును కోర్టు ఆఫ్ వార్డ్సు క్రిందికి తీసుకోవడానికి ఆస్తులను లెక్కలను స్వాధీన పరుచు కొనడానికి కలెక్టరుగారు హుజూరి శిరస్తాదారు కంభం నరసిగరావు గారితో కలిసివెళ్లారు. జమీందారుగారి బంధువర్గం వారి నుండి దివాణం తాలూకు కొన్ని లెక్క పుస్తకాలు స్వాధీనం చేసుకున్నారు గాని నగలను రొక్కమును చరాస్థిని స్వాధీన పరచక దాచి వేశారు. శిరస్తాదారైన కంభం నరసింహారావు గారు వెంటనే కోటను సోదా చేసి పట్టుకో వలసిదని కలెక్టరుకు చెప్పినా అతడు వినిపించుకోలేదు. కలెక్టరు బెదరించిన మీదట ఒక నెలరోజులకు 50 వేలు విలువగల ఆస్తిని స్వాధీన పరిచారు. అంతట కలెక్టరు గారు తిమ్మరాజుగారిని నెలకు 250 రూపాయలు గల పెద్ద జీతము పైని ఎస్టేటు మేనేజరుగా నియమించారు. కలెక్టరు కచేరిలో ఉద్యోగం కోసం నిరీక్షస్తువున్న ఒక వాలంటీరును ఎస్టేటు అమలు దారు లేక తాశిల్దారు గా నియమించారు.

పితాపురం ఎస్టేటు మేనేజరు కార్యాలయం కలెక్టరాఫీసు లోనే వుండేది. కొందరు గుమాస్తాలు వుడేవారు. శ్రీ కందుకూరి వీరెశలింగం గారి తండ్రిగారు సుబ్బారాయుడుగారు 1851 నుండీ తిమ్మరాజుగారి క్రింద ఎస్టేటు మేనేజరు కార్యాలయంలో గుమాస్తా గా పనిచేస్తూ 1858 లో రాచకురుపు

లేచి చనిపోయారు **£.** తిమ్మరాజుగారి కుమారుడు వెంకట శివరావు గారు కూడా ఒక గుమాస్తాగా వున్నట్లు కనబడుచున్నది.

కోర్టు ఆఫ్ వార్ట్సు మేనేజరు మైనరు జమీందారుకు సంరక్షుడుగాను జమీందారీ పరిపాలనకు దర్మకర్తగాను వ్యవహారించాలి. అందు వల్ల తిమ్మరాజుగారు కలెక్టరు అధికారానికి లోబడిన సర్వాధికారిగానుండి జమీందారీ ఆదాయ వ్యయాలకు సరియైన జమా ఖర్చులుంచవలసి వచ్చేది. కొద్ది రోజులలో ఎస్టేటు లెక్కలు సరి జూడగా కొన్ని ముఖ్యమైన లెక్కలు స్వాధీనంకాలేదనిన్నీ, విలువగల నగలు రొక్కము వగైరా తప్సీలు తెలియ కుండా వుండగలందులకే ఆ లెక్కలను జమీందారుగారి బంధువులు కమ్మి పరచినారని కంభంనరసింగరావు గారు వారితో లాలూచీ అయినట్లు అనుమానంగా వున్నదనిన్నీ ఎస్టేటు అమలు దారు తిమ్మరాజుగారికి చెప్పగా ఈ సంగతిని హుజూరు శిరస్తాదారు గారు కలెక్టటరు గారికి తెలియపరచారు. కలేక్టరు అసలే అను మానం మనిషి నరసింగరావు గారిని అనుమానించి సస్పెండు చేసి ఆయనను ప్రశ్నించి ఆయన జవాబులు వినిపించుకొనక కచేరీలోవారిని కొందిరిని విచారించగా వారు ఆయనపైన ఉన్నవీ లేనివి కల్పించి చెప్పారు. అంతట కలెక్టరు గారు మేజిస్ట్రీటు హోదాలో ఆ లేక్కలను కమ్మిపరచినందులకు, ఆస్తిని హరించినందులకు నేరము మోపి జైలు లో పెట్టి కొన్నినెలలు విచారించి సెషన్సు కోర్టుకు కమిట్ చేశాడు కేసు జరుగుతూ నుండగనే ఉత్తర సర్కారుల కమీషనరు అనుమతితో నరసింగరావు గారిని బర్తరఫ్ చేశారు. కలెక్టరు గారికి తిమ్మరాజు గారు అనుభవజ్ఞుడు సమర్ధుడు నమ్మకమైనవాడు అనే గట్టి అభిప్రాయం కలిగినందువల్ల ఆ సమయంలో కచేరిలో ని వారొకరిని గాని ఇతర జిల్లాలలో నుండి మరి యొకరిని గాని శిరస్తాదారుగానియమించేదాని కన్న తిమ్మరాజు గారినే నియమించటం మంచిదని తోచింది. అయితే తిమ్మరాజు గారు చేస్తువున్న మేనెజరు ఉద్యోగం కూడా చాలా ముఖ్యమైనది. అసమయంలో కంభం నరసింగ రావు గారిపైన నేరాలు దర్యాప్తు చేయవలసియుండెను. అందువల్ల తిమ్మరాజుగారిని రెండు ఉద్యోగములను చేయవలసినదని కోరి 1852 సం. లో ఆక్టింగ్ హుజూరు శిరస్తాదారుగానియమించి ఈ సంగతి పై అధికారులకు కూడా వ్రాశాడు.

(**£**చూ కందుకూరి వీరేశలిగంగారి స్వీయ చరిత్ర 1 వ భాగం పుట 30)

హుజూరు శిరస్తాదారు

ఆ కాలంలో హుజూరు శిరస్తాదారు అనగా నేటీవు కలెక్టరే. ఆయనకు కలెక్టరుకున్నన్ని అధికారాలూవుండేవి. అయితే కలెక్టరుకు రివిన్యు బోర్డుకు కూడా ప్రతివిషయానికి జవాబు దారీ వహించాలి. పర్మనెంటు సెటిల్మెంటు చేసిన జిల్లా లో నెలకు రు. 210 ఇతర జిల్లాలలో నెలకు రు. 280 తో ప్రారంభమై పదేళ్లలో నెలకు 700 లు జీతం పెరుగుతుంది.

1802 సం. నుండీ క్రమక్రమంగా జిల్లా కలెక్టరు అధికారాలు పెరిగినవి. 1816 సం. లో అదివరకు జిల్లాడ్జి క్రిందనుండిన పోలీసు మేజస్ట్రేటు అధికారాలు జిల్లా కలెక్టరు కు ఇవ్వడముతో జిల్లా కలెక్టరు జిల్లాకు సర్వాధికారియైనాడు. ఆయన చేతిలోని శిరస్తాదారు కు ఆయనక్రింది తాలూకా తాశీల్దారులకు కూడా పోలీసు మేజస్ట్రేటు అధికారాలు సంక్రమించినవి. పూర్వం సర్కారులను పాలించిన నవాబులు హుజూరు అని గౌరవించినట్లె కలెక్టరును గౌరవింప సాగినారు. ఇంగ్లీషులో జిల్లా హెడ్ శిరస్తాదారు అని వ్యవహారించినా దేశీయులందరు హుజూరు శిరస్తాదారు అనే వ్యవహరిచేవారు. రికార్డులలో కూడా కలెక్టరు కచేరీని హుజూరు కచేరీ అనేవారు.

మొదట కలెక్టరు క్రింద శిరస్తాఖానా అనే కచేరీలో వివిద శాఖలు లేవు. శిరస్తాదారు, అయన క్రింద గుమాస్తాలు ప్రభుత్వ వ్యవహారాలన్నీ నిర్వహించేవారు. తరువాత క్రమ క్రమంగా శిరస్తా ఖానాతో పాటు కరెస్పాండెంట్సు శాఖ, లెక్కల శాఖ (అకౌంట్లు), ట్రెజరీ అనే ఖజానా శాఖ, రికార్డుల భద్రతకు ధఫ్తార్ ఖానా, కచేరీ సరంజాము సరఫరాకు సాదరు వారుడు శాఖలు ఏర్పడినవి. వీటి అన్నిటిపైన అందులోని గుమాస్తాలపైన హూజూరు శిరస్తాదారే అధిపతి. కలెక్టరు కన్నా శిరస్తాదారులు జిల్లాలో హెచ్చు కాలం పనిచేసేవారు. కలెక్టరులు తరుచుగా బదలీ అయ్యేవారు. కచేరీలో చాలా కాలం వివిధ ఉద్యోగాలు చేసిన వారినే శిరస్తాదారుగా నియమంచేవారు.

శిరస్తాదారు జిల్లా పరిస్థితుల దేశాచారాలు తెలిసిన అనుభవజ్ఞడైన ఉద్యోగి యైనందువల్ల కలెక్టరులు అన్ని విషయాలలోను శిరస్తాదారు నాలోచించి వ్యవహారాలు పరిష్కారం చేసేవారు. అందవల్ల శిరస్తాదారులకు కలెక్టరు దగ్గర చనువు పలుకుబడి నుండేది. శిరస్తాదారు ద్వారా తప్ప కలెక్టరు దర్శనమే అయ్యేది కాదు. కలెక్టరు పేరుతో జరిపే అన్ని వ్యవహారాలు శిరస్తాదారే జరిగిస్తూ వున్నందువల్ల జిల్లా లోను తాలూకాలోను గల తాశీల్దారులు ఇతర ఉద్యోగులు గడ గడలాడే వారు. పై అధికారులకు జవాబుదారీ వహించకుండా శిరస్తాదారు కలెక్టరు పేరుతో అమిత మైన అధికారాలు చేలాయిస్తూ వుండడము బాగాలేదని మద్రాసు రివిన్యూ బోర్డు వారికి ప్రభుత్వానికి కూడా తోచింది. అంతట ఈ ఉద్యోగిని నేటీవు కలెక్టరు గా పరిగణించాలనీ, కలెక్టరు పరిశీలించే లెక్కలు రికార్డులన్నీ శిరస్తాదారు కూడా సరిచూడాలని,

హుజూరు కచేరీలోని అన్ని శాఖలయొక్క క్రమపరిపాలనకు ఇతడు సర్కారుకు జవాబుదారీ వహించాలనీ, కచేరీలో జరిగే దురాచారాలను (Mal practices) గూర్చి లిఖితంగా సంజాయిషీ నివ్వడమితని కర్తవ్యమని గవర్నమెంటు వారు 1851వ సం. జూను 12 తేదీన ఆర్డరు ప్యాసు చేశారు. రివిన్యూ బోర్డు వారు దానిని సర్క్యులేట్ చేశారు.

వంతు వారడి – అమరకం

పిఠాపురం జమీందారీలో చిరకాలం నుండీ "వంతు వారడి" అనే అమరక పద్ధతి సాగుతున్నది. దాని ప్రకారం ప్రతిగ్రామానికి చెల్లవలసిన మొత్తం శిస్తును మూడు సంవత్సరాలకు గాని అంతకెక్కువ కాలానికి గాని గ్రామాధికారులతో (Heads of Villages) ఏర్పాటు చేసుకుని నిర్ణయించేవారు. ఆ మొత్తం శిస్తు ఆగ్రామం నుంచి వసూలు పరిచే వారు. గ్రామంలో ప్రతి రైతు సాగు చేసే పొలానికి అతడు చెల్లించ వలసిన శిస్తు ఆ గ్రామ పెత్తన దారులే నిర్ణయించేవారు. ఒక రైతు పొలానికి తన ప్రక్కవాని పొలంకన్న హెచ్చు శిస్తు నిర్ణయించి నట్టు తోస్తే అతడు గ్రామాధికారులకు ఫిర్యాదు చేసి, ఆ ప్రక్క రైతు పొలంకన్న తాను హెచ్చు శిస్తులు చెల్లిస్తున్నానని సవాలు challenges చేయవచ్చును. అప్పుడా ప్రక్క రైతు తన పొలాని హెచ్చు శిస్తు ఇవ్వాలి. లేదా ఫిర్యాదీ పొలానికి శిస్తు తగ్గించాలి. లేదా ఉభయుల పొలాల మార్చు కోవాలి. ఇది అనుశ్రుతంగా జరుగుతున్న ఆచారము. ఈ ఆచారములు రాజమహేంద్రవరం జిల్లాలో చాలా ప్రాంతాలలో వుండేది. దీనిని గురించి కొందరు కలెక్టర్లు విమర్శించి ఇది బాగాలేదని అధికారులె సరియైన శిస్తు నిర్ణయించాలనీ, అభిప్రాయపడ్డారు. అయితే ఇది చిరకాలాను గతమైన ఆచారమనీ దీని ని ప్రజలు హర్షిస్తున్నారని భూమి శిస్తులను గురించి పెద్ద తగాదాలు రాకుండా న్యాయంగా పరిష్కారించడానికిది మంచిమార్గంగా నే వున్నదనినీ రాజమండ్రి కలెక్టరైన ఫ్రెండర్ గాస్టు గారు 1850వ సంవత్సరం మార్చి 5వ తేదీన ఉత్తర సర్కారుల కమీషనరుగారికి వ్రాశారు. ఈ ఆచారము ఎప్పటి వలెనే జరుగుతూ వున్నది. జిల్లాలో అనేకవిధములైన అమరక పద్ధతులుండడమూ కలెక్టరులు తమ ఇష్టం వచ్చిన మార్పులు చేస్తూవుండటమూ బాగలేదనియూ సవాలు పద్ధతి కూడా రద్దు చేయవలసిన దని ఉత్తర సర్కారుల కమీషనరు కొన్ని సూచనలు చేస్తూ 11-02-1854 తేదీన తాకీదు పంపించాడు. ఆ తాకీదులోని కొన్ని సూచనలను అమలు జరిపించారు గాని తక్కినవి అమలు జరగలేదు. జిల్లా కలెక్టరైన ఫ్రెండరుగాస్టు గారు ఆయన క్రింద మేనేజరుగా వున్న తిమ్మరాజు గారు గాని తొందర పడి పూర్వాచారాలను మార్చేస్వభావంకలవారు కారు.

1852 సం. ఏప్రియల్ నెలనాటికి ఆనకట్టు ఆక్వీడక్టు కట్టడం పూర్తియైనది. దానికి 15 లక్షల రూపాయలు ఖర్చు అయినవి. అయితే యీ ఆనకట్ట క్రింది గోదావరి డెల్టాకు కావలసిన కాలువలు త్రవ్వడం పని ఉన్నది. ఇది చాల ఖర్చుతో కూడిన పని కష్టమైన పని. ఇది కొన్నేళ్లు సాగినది. తిమ్మరాజు గారు పిఠాపురం మేనేజరు గాను హుజూరు శిరస్తాదారుగాను రెండు ఉద్యోగాలు చేయడము కంపెనీ వారికి లాభించినది. ఎస్టేటు వల్ల కావలసిన పనులు సులువుగా నెరవేరినవి.

కంభం నరసింగరావు గారి కేసు

నరసింగరావుగారిపైన కలెక్టరు గారు నేరం మోపి జైలులో పెట్టి 'అవమానము కన్నా మరణమే మేలని' ఆయన అన్నాడనే నెపం మీద జామీనివ్వక నిరాకరించాడు. ఆయన మొత్తం 16నెలలు జైలులో నున్నాడు. నరసింగరావు పైన కలెక్టరు మోపిన నేరం లో పిఠాపురం ఎస్టేటు తాలూకు తనకు వశమైన లెక్కల ను బట్టి ఉండవలసిన నగలు ఇతర చరాస్తి స్వాధీనం కాలేదని శిరస్తాదారు తనకు చెప్ప లేదని ఆరోపించాడు. అయితే నరసింగరావుగారు తాను కలెక్టరు గారికి మూజువాణిగా చెప్పడమే గాక దానిని గురించి లిఖిత పూర్వకంగా కూడా తెలియపరచినానని సెషన్సు కోర్టులో చెప్పుకున్నాడు. ఆ కాగితమును పంపవలసినదని జడ్జీగారు కోరగా అట్టి కాగితము లేదని అన్నాడు. కలెక్టరు కచేరీ రికార్డులలో వెదకడానికి జడ్జీ గారు ఉత్తరువు చేయగా ఆకాగితము దొరికినది.

అంతట ఆ కాగితమును కోర్డుకు పంపుతూ ముద్దాయి సంజాయిషీని తనకిచ్చి వుంటాడని ఒప్పుకొని అయినప్పటికి ఆ ఎస్టేటు లెక్కలను బట్టి ఇంకా 67 వేలు రూపాయలు రొక్కము తరుగు కనబడుతున్నదనీన్నీ ఆమొత్తము నతడు హరించాడన్నిని కలెక్టరు గారొక లెక్క స్టేటుమెంటును తన కచేరి అకౌంటెంటు శాఖలో తయారు చేసికోర్టుకు పంపించి దీనివల్ల అతని నేరము బురుజువవుచున్నదని వ్రాశాడు. ఈ లెక్క అభూతకల్పన యని ముద్దాయి వాదించాడు. సెషన్సు జడ్జిగారీ కేసులో సాక్ష్యసాధనములను విచారంచి ముద్దాయి నిర్దోషియని విడుదల చేశాడు.

ఈ సందర్భములో కంభం నరసింగరావుగారి పైన మొట్టమొదటి అనుమానకారణలను చెప్పి ఎస్టేటు అమలు దారు కోర్టులో చెప్పిన సాక్ష్యములో పరస్పర విరుద్ధములైన సంగతులన్నదుంవల్ల అబద్ధపుసాక్ష్యము చెప్పినాడని జడ్జీగారు తనిని ఖైదులో నుంచారు. అతనిని వుద్యోగంలోంచి తీసివేశారు. తనపై కేసు జడ్జీగారు కొట్టివేసిన తరువాత నరసింగరావుగారు తనకన్యాయము జరిగినదని తనను డిస్మిసు చేసిన ఉత్తరువులు రద్దుచేయవలసిదని ఉత్తరసర్కారు కమీషనరు గారికి అర్జీ ఇచ్చుకున్నాడు. దానిని

కలెక్టరుకు సంజాయిషీ నిమిత్తం కమీషనరు పంపగా తన చర్యలను సమర్ధిస్తూ ప్రెండరుగాస్టు గారు 2-11-1853వ తేదీన చాలా దీర్ఘమైన జవాబు వ్రాశాడు. అందులో క్రిమినల్ కేసు పోయినా నిరసింగరావు గారి ప్రవర్తన సరియైనది కాదని వాదించాడు. తిమ్మరాజుగారిని నెలకు రు. 250 జీతముపైన ఎస్టు మేనేజరు గాను తనకచేరీ లో హెడ్ శిరస్తాదారుగాను నియమించడానికి కారణం జిల్లాలో తటస్థించిన విషమ పరిస్థితులలో నమ్మకమైన మనిషి ఒకడు తన దగ్గరవుండాలనే ఉద్దేశముతో ఆయనను నియమించానన్నాడు. సెషన్సు కోర్టుకు తాను తన కచేరీలో తయారుచేయించి పంపిన లెక్కను తాను సరిచూడక పోవడములోపమే నని అయితే తిమ్మరాజుగారు అతి సమర్ధుడైన అకౌంటెటు గనుక అందులో ఏ దైనా లోపంవుంటే అతడు పట్టి వేస్తాడనే ధైర్యం తో తాను సరిచూడలేదని ఇప్పుడు విచారించగా ఆ లెక్కను తాను చూడనేలేదని తిమ్మరాజుగారంటున్నారని ఇది తనకు ఆశ్చర్యంగావున్నదని ఆ లెక్కను తయారు చేసినది అకౌంటు శాఖలో అనుభవంలేని ఇద్దరు చిన్న గుమాస్తాలనీ తలిసినదనిన్నీ కచారీలోని తాబేదారులలో పాలకు తాబేదారులు గాక కలెక్టరే బాధ్యుడనే నియమము (రూలు) అప్పటికి రాలేదని, కలెక్టరు తన తప్పును సమర్ధించుకొని తిమ్మరాజుగారు దానిని సరిచూడనందుకు ఒక నింద మోపాడు.

ఏమైతేనేమి కలెక్టరు సంజాయిషీని అంగీకరించి కమీషనరు గారు నరసింగరావు గారి అర్జీ నిరాకరించాడు. ఆయన 1854లో గవర్నమెంటుకు అర్జీని పంపుకోగా గవర్నరు గారు కూడా దానిని నిరాకరించాడు. అంతట 1855 లో ఆయన సీమలోని డైరెక్టరులకు అపీలు చేయగా ఆయన పైన డిస్మిసు ఆర్డరు తొలగిస్తూ 1856 లో ఉత్తర్వులు వచ్చినవి.

ఈ లోపుగా నరసింగరావు గారు విజయనగరం సంస్థానములో దివానుగా ప్రవేశించారు. తనకు జరిగిన అన్యాయాన్ని గురించి నరసింగరావు గారు స్మాలేట్టు అనే దొరగారికి చెప్పుకోగా ఆయన Madras and its civil administration అనే తన పుస్తకం లో ఈ కధనంతా వివరించి ప్రెండర్ గాస్టు గారి చర్యలను తీవ్రంగా విమర్శించి నారు.

క్రొత్త సాక్ష్యము

నరసింగరావు గారు రాజా గారి బంధువులను లోబరచుకొని రాజా గారి స్థిరాస్తి వివరాలు, చరాస్థి వివరాలు, ధనకనక వస్తు వాహనాలు, వగైరాల వివిరాలు తెలిపే పేజీలు, లెక్కల పుస్తకాలు వివరాలను దాచివేసి కొత్త లెక్క పుస్తకాలు సృష్టించి వీలున్నపాత పుస్తకాలు రికార్డులు డైరీలను చింపివేసి తగుల బెట్టిన బాపతు కాగితంముక్కలు పిఠాపురం చెరువు గట్టున కొన్నాళ్లకు బయల్పడగా

ఉత్తర సర్కారుల కమీషనరు పిఠాపురం జమీందారీ వ్యవహారాలను గూర్చి Court of Wards చేసుకున్న అప్పీళ్లను విచారించి కొన్ని రిపోర్టులు వ్రాశారు. ఆ రిపోర్టులు ఆంధ్రప్రదేశ్ ఆర్కైవ్సు లో పిఠాపురం వ్యవహారాలను గూర్చిన పత్రాలను పరిశీలించు చుండగా ఉత్తర సర్కారు కమీషనర్ గారి రిపోర్టులలో 1852 మార్చి 4 వ తేదీ గల proceedings రిపోర్టు గల ఒక పెద్ద రికార్డు ఫైలు కనబడినది. ఈ ఫైలు లో కమీషనర్ గారి విచారణ, రాజ బంధువులలో ఒక ప్రముఖుడు చేసిన విచిత్ర చర్య తదిరములు వున్నవి. ఈ రిపోర్టు పరిశీలించగా నరసింగరావు గారు పిఠాపురం వచ్చి నాలుగురోజులు మకాం చేసినట్లునూ రాజబంధువులతో మంతనాలు జరిపినట్లును బయల్పడినది. నరసింగరావు గారు చాలా తెలివైనవారు. జమీందారి రికార్డుల పరిసీలన విషయంలో రాజాగారి క్రింద పనిచేసిన గుమాస్తాల సహాయము పొందుట అవసరమని కలెక్టరు గారికి చెప్పి వారి అనుమతి పొందడంలో తమ బాధ్యత నిర్వహణలో జాగ్రత్తపడినారిని తెలుపుటకు ఆయన పన్నిన తంత్రములు, మోసపు కృత్యములు చేసినట్లు కమీషనర్ గారి రిపోర్ట వల్ల చాల విషయములు తెలుస్తున్నవి. శిరస్తాదారు గారికి స్వాధీన పరుచకొనవలసిన లెక్కలపుస్తకాలు రికార్డులు, డైరీలు దాచివేసి, చించి ముక్కలు తగులపెట్టి చెరువు గట్టున పూడ్చడములో జమీందారు బంధువులు దూరదృష్టితో కుట్ర చేసి దొంగలెక్కలు సృష్టించినవి కొన్నిదాఖలు చేశారు. ఇది ఒకరిద్దరి వల్ల జరిగే కార్యము కాదు. కొంతమంది కలిసి చేసిన పని. ఉరిలో మకాం చేసియున్న శిరస్తాదారు గారిని లోబరచుకోకపోతే ఇంత మోసమైన కుట్ర నెరవేరుతుందా!

లోగడ కంభం నరసింగరావు గారిపైన దాఖలైన కేసు సంగతులు, ఆయన ప్రవర్తనను గూర్చి కలెక్టరు గారు వ్రాసిన రిపోర్టులు చదివితే నరసింగరావుగారు కొంతవరకూ ఈ కుట్ర వ్యవహారమునను, అవినీతికి పాల్పడినవాడేనని అనుమానం కలుగుతుంది. Circar Commissioner గారి recordings, రిపోర్టులు పిఠాపురం వ్యవహారములో ముఖ్యమైన నిర్ధారణ పత్రాలు. కమీషనర్ గారు తమ రిపోర్టులో కలెక్టరు Pender Ghast గారీ విషయములో తీసుకున్న శ్రద్ధను గూర్చి ప్రశ్నించారు.

ప్రెండరు గాస్టు గారిని గూర్చిన విమర్శ

ప్రెండరు గాస్టు గారు క్రూరుడని, కఠినుడని దేశీయోద్యోగులకు అన్యాయం చేసేవాడని అతడు గంజాము వెళ్లి న తరువాత కూడా కఠినంగా ప్రవర్తించాడని స్మాలెట్టు గారు వ్రాశారు. పైగా తిమ్మరాజుగారిని కూడా నిందించారు. తిమ్మరాజు గారు నరసింగరావుగారి పట్ల చేసిన అన్యాయమేమి లేదు. అమలు దారు చెప్పిన సంగతులు కలెక్టరుకు చెప్పవలసిన బాధ్యత ఆయన యందున్నది. అంత కన్న ఆయన నరసింగరావుగారికి చేసిన అపకారమేమీలేదు. అమల్దారు లాగ

తిమ్మరాజుగారు అబద్ధ పు సాక్ష్యము చెప్పలేదు. కలెక్టరు తయారు చేయించిన సంజాయిషీ(లెక్కల పద్దు) సమర్ధించలేదు. పైగా తానా లెక్కను చూడలేదని ధైర్యంగా కలెక్టరుకు చెప్పి ఆయన ఆగ్రహానికి గుయైనారు.

తిమ్మరాజుగారికి నెలకు రు. 250 పెద్ద జీతము తో ఎస్టేటు మేనేజరు పదవిని తనక్రింద హెడ్ శిరస్తాదారు పదవిని పెండరుగాస్టు గారివ్వడము పక్షపాత బుద్ధి అని కూడా స్మాలెట్టు గారు విమర్శించారు. తిమ్మరాజు గారి అప్పీలును విచారించిన ఉత్తర సర్కారు కమీషనరు, తిమ్మరాజుగారు చిరకాలము కంపెనీ వారి కొలువులో శ్రద్ధా భక్తులతో ఉండి పని చేస్తూ నిష్కళంకం మైన ప్రవర్తన కలిగిన సమర్ధుడైన ఉద్యోగి అని యోగ్యతా పత్రమునిచ్చినందువల్లనే ప్రెండు గాస్టు గారాయనకు ఆరెండు ఉద్యోగాలు ఇచ్చాడు గాని పక్షపాత బుద్ధితో ఇవ్వలేదనే సంగతి స్మాలెట్టు గారికి తెలియదు. అందువల్ల నే ఆయన అలాగ విమర్శించారు.

ప్రెండరు గాస్టు గారు క్రూరుడని కఠినుడని దేశీయుల పట్ల సానుభూతి లేనివాడని స్మాలెట్టగారు దురభిప్రాయముకలి అయనను విమర్శించారు గాని ప్రెండరు గాస్టు గారి నిజస్వభావాన్ని గ్రహించలేదు. ఆయన తన ఉద్యోగ ధర్మమను త్రికరణ శుద్ధిగా ను న్యాయంగాను నిర్వహించేవాడు. ఆయన అవినీతి అన్యాయాన్ని సహించే వాడు కాదు. ఆయన ఎవరినీ సులభంగా నమ్మేవాడు కాదు నమ్మితే మాత్రం బాగా నమ్మేవాడు . ప్రెండరు గాస్టు గారు 1845 సం. నుండి 1854 సం. వరకూ రాజమహెంద్రవరం జిల్లాలో కలెక్టరు గా నుండి ప్రజల కష్టసుకాలు తెలుకొని వారి క్షేమలాభాల నాలోచించి జిల్లా పరిపాలన జరిగించేవాడు. తనకు సాధ్యమైనంత వరకు ప్రజలకు న్యాయము చేయ్యాలని ఉపకారము చేయాలని ప్రయత్నించే వాడు. దానికి కొన్ని ఉదాహరణములు ఆనాటి రికార్డుల వల్ల తెసుస్తున్నవి.

ప్రెండరు గాస్టు గారు కాకినాడలో ని పెద్ద మనుష్యులను ప్రోత్సహించి 1852 సం. లో ఒక ఇంగ్లీషు స్కూలు స్థాపించాడు. అది తరువాత చాలా అభివృద్ధి చెందినది. ఆనకట్ట నిర్మాణం విషయంలో ప్రెండరు గాస్టు గారు తన శక్తి వంచన లేకుండా అన్ని పనులు త్వరగా, సక్రమంగా నెరవేరేటట్లు చేశాడు. జిల్లాలో తన కచేరీలో ఒకక్రొత్త విభాగమును పెట్టి దర్యాప్తులు జరిపి రివిన్యూ బోర్డుకు రిపోర్టులు పంపేవాడు. జిల్లా సివిలు ఇంజనీయరుగా వచ్చిన ఆర్ధర్ కాటన్ గారికి కావలసిన సహాయమంతా చేసి తోడ్పడ్డాడు. క్రొత్తగా నియమించిన ఆనకట్ట సబు కలెక్టరుకు కావలసిన ప్రాధికారాలు ఇచ్చాడు. ఆయనకు సహకరించవలసిదని తాశీల్దారులందరికీ తాకీదులు పంపించాడు. ఇతర జిల్లాల కలెక్టర్ల తో ఉత్తర ప్రత్యుత్తరాలు జరిపాడు. ప్రెండరు గాస్టు గారి ఉపకార బుద్ధికింకొక నిదర్శనము గ్రంధస్థమైయున్నది

ప్రెండర గాస్టు గారు 1832 ప్రాంతంలో నెల్లూరు లో జిల్లా నాగుపట్నం ఆక్టింగు సబు కలెక్టరు గా నున్నప్పటి నుంచి రహదారిలో సమస్త జాతులవారికి ఉపయోగించే సత్రము కట్టుతున్నందుకు సంతోషించి తమకు సహాయం చేశారని శ్రీ వెన్నెలకంటి సుబ్బారావుగారు తమ జీవిత చరిత్రలో వ్రాశారు. చూ. తెలుగ గ్రంథం పుట 84. ప్రెండరు గాస్టు దొరగారు జిల్లా కలెక్టరు గానుండగా ప్రజల కష్టసుఖాలను కనిపెట్టి వారికి కొంత ఉపకారం చేయడానికి ప్రయత్నించేవాడనే దానికి రెండు గొప్ప దృష్టాంతరాలు 1854 సం. లో గ్రంధస్తమైయున్నవి. మద్రాసు రాజధాని పరిస్థితులను గూర్చి సీమలోని కంపెనీ డైరెక్టరులపైన అధికారము వహించి బోర్డు ఆఫ్ కంట్రోలు అనే పార్లమెంటు సభకార్య దర్శికి మద్రాసులో గవర్న మెంటు ప్లీడరుగా ను తరువాత అడ్వకేటుజనరలు గాను పని చేసిన జాన్ బ్రూస్ నార్టన్ గారు 450 పుటలు గల నివేదికను పంపి దానిని 1854 సం. లో ప్రకటించారు. అందులో కాకినాడ ప్రజలకు గల ఇబ్బందులు తీర్చడానికి కలెక్టరు ప్రెండరు గాస్టు గారు ప్రయత్నించడము, అప్పట్లో మద్రాసు ప్రభుత్వము వారు సొమ్ము మంజూరు చెయ్యక నిరాకరించుటంవల్ల అది ఫలించక పోవడము నుదహరించారు. కాకినాడ దగ్గర సముద్రం లోతు తక్కువ అందువల్ల సీమ నుంచి వచ్చే ఓడలు రేవుకు మూడు మైళ్ల దూరంలో లంగరు వేస్తాయి. వాటి దగ్గరకు పోయి సరుకుల దిగుమతీ ఎగుమతీ చెయ్యడానికి చిన్న నావలు పడవలు ఉపయోగిస్తారు. ఆ స్థితిలో కాకినాడ రేవు ముఖద్వారం దగ్గర ఉప్పుటేరు నుంచి కొట్టుకు వచ్చేమట్టి సముద్రపు ఆటు పోటు వల్ల పేరుకొని క్రమ క్రమక్రమంగా పెరిగి 1847 నాటికి అడ్డంగా పెద్ద దిబ్బగా తయారైనది. నావలు పడవలు చుట్టు తిరిగి పోవలసి వచ్చేదినానికి ఒక్క సబురు కన్న చేయడానికి వీలు లేక పోయినందున వర్తకులు కలెక్టరు గారితో మొరపెట్టుకొన్నారు. అప్పట్లో జిల్లాకు ఇంజనీరుగా వచ్చి ఆనకట్ట పనులు చెయిస్తూవున్న కెప్టెన్ ఆర్థర్ కాటన్ గారితో కలెక్టరుగారు సంప్రదించగా ఆయన దిబ్బమధ్య గండి కొట్టి ముఖద్వారం మరమ్మతు చేయ డానికి ఒక పధకం తయారుచేశారు. దానికి షుమారు 1500 రూపాయలు ఖర్చు అవుతుందని అంచనావేశారు. ఈ స్వల్ప మొత్తమును ప్రభుత్వమువారు మంజూరు చేయక పోతారా అనే ధైర్యంతో కలెక్టరు గారు తరుణం తప్పిపోకుండా పనిని ప్రారంభించమన్నారు. ఆయన రివిన్యూ బోర్డు కు వ్రాశారు. వర్తకులు సంతోషించారు. పని మొదలు పెట్టిన తరువాత కెరటాలు ధూకుడు హెచ్చి దానికి ఆటంకం రాకుండా ఒక అడ్డుకట్ట కట్ట వలసి వచ్చినది. దానికి రు. 800 కావలసి వస్తుంది. మొదటి దానికే సొమ్ము మంజూరు కానందువల్ల దీనికి కాదనే అభిప్రాయంతో వర్తకులే చందాలు వేసుకుని ఇచ్చారు. ఇంతలో 1848 సంవత్సరం లో కాటన్ గారి కి జబ్బు చేసి రెండేండ్లు సెలవు మీద సీమకు వెళ్లారు. కెప్టెన్ ఆర్ గారు ఇంజనీరైనారు. ఆయనతో కలెక్టరు గారు సంప్రతింపగా చేయవలసిన పని బాగానే వున్నదని చెప్పి సొమ్ము చాలక పని ఆపివేయవలసి వచ్చిందని పని పూర్తి చేస్తే పెద్ద నావలు కూడా రోజుకు మూడు సబుర్లు చేస్తాయని ఆపని అత్యంతావశ్యక

మైనదని తరుణం మించిపోతుందని కలెక్టరుగారు ఉదార బుద్ధితో తన స్వంతసొమ్ము విరాళంగా ఇచ్చ నారని ఇంజనీరుగారు రివిన్యు బోర్డు కు వ్రాసి సొమ్ము మంజూరు చేయవలసినదని కూడా వ్రాశారు గాని గవర్నరు గారు ఏవేవో సాకులు చెప్పి ప్రస్తుతం ఆనకట్ట పని జరుగుతుండగా ఇంకొక పని చేయించడం తమకు ఇష్టం లేదని వ్రాశారు. అంతట పని ఆగిపోయనది. రేవు ముఖద్వారం లో మట్టి దిబ్బ పెరిగి పోయి 1853 సం. నాటికి పూర్తిగా మూసుకుపోయినది. అప్పటికి కాటన్ దొర గారు మళ్లీ వచ్చి పని చేస్తున్నారు. ప్రజల బాధచూసి అత్యంతవసరమైన పని ఏదైనా చేయించాలని కలెక్టరుగారాయనతో సంప్రదించగా కాటన్ గారు రు. 427 లు తోపని చేయిస్తామన్నారు. ఈ స్వల్ప మొత్తం మంజూరు చెయ్యకపోతే నా జేబులోనుంచి యిస్తానని కలెక్టరు గారు ఆవేశంతో అన్నారు. కాటన్ గారు ఈ పనియొక్క ఆవశ్యకతను గురించి దీనివల్ల కలిగే లాభాలను గురించి పై వారికి ఎంతో విపులంగా వ్రాసి తరుణం మించకుండా పని చేయిచాలనిన్నీ అందువ్ల పని ప్రారంభించామనిన్నీ వ్రాసినా లాభంలేక పోయింది. ప్రభుత్వం ఉపేక్షించింది. దీనిని గూర్చి విమర్శిస్తూ "వర్తకులు, స్థానిక ప్రభుత్వోద్యోగులు జాలి పడి తమ స్వంత సొమ్ము ఖర్చు పెట్టడం ప్రభుత్వానికి సిగ్గు చేటు" అని నార్టను గారు తమ గ్రంథములో వ్రాశారు pp.313–316

నార్టను గారింకొక ఉదాహరణ కూడా వ్రాశారు. సామర్లకోట –కాకినాడ మధ్య రోడ్డు లేక దారి అడుసుతో నిండి రెండెడ్లబళ్లు నడవడానికి వీలు లేక గోదావరి డెల్టాలోని సరుకులను ఎడ్ల కంట్లాలపైన కూలీలనెత్తి పైన మోసి రవాణా చేయవలసి వస్తున్నదని పెద్దాపురం వర్తకులు కాకినాడ వర్తకులు కలెక్టరుగారికి అర్జీలు ఇచ్చుకున్నారు. అంతట ఫ్రెడరు గాస్టు గారు కాటన్ దొరగారితో సంప్రతించి ఈ రోడ్డు అత్యంత అవసరమని బోర్డు వారికి వ్రాశారు. ఆయన ఎన్ని తంటాలు పడీనా ఈ చిన్న రోడ్డు వెయ్యడానికి సొమ్ము మంజూరి కాలేదు. పని జరుగలేదు 1854 సం ఏప్రయల్ నెలలో ఫ్రెండరు గాస్టు గారు బదలీఅయి గంజాం జిల్లా కలెక్టరు గాను గంజాం జిల్లా మద్రాసు గవర్నరుగారికి పొలిటికల్ ఎజంటు గా పెద్ద ఉద్యోగంరాగా వెళ్లినారు. ఆర్థరు పర్వీస్ గారు కలెక్టరు గా వచ్చారు.

పిఠాపురం జమీందారు గారైన రావు వేంకట సూర్యారావు గారి పెద్ద కుమారుడు నీలాద్రిరాయనింగారికి కొద్దకాలములో మైనారిటీ తీరి జమీందారీ స్వాధీనం పొందుతారని పట్టాభిషేకం ప్రయత్నాలు జరుపు తూవుండగా ఆయన 1854 లో అకాల మరణమును పొందారు. అంతట ఆయన తమ్ముడు మైనరునైన శ్రీ గంగాధర రామారావుగారు జమీందరీకి వారసులైనారు. అందువల్ల ఆ జమీందారీ ఎప్పటి వలె నే కోర్టు ఆఫ్ వార్డ్సు క్రిందనే వున్నది. తిమ్మరాజు గారు యధా ప్రకారం మేనేజరు పనిని చూస్తున్నారు. మైనరు రాజాగారు 1844 సం లో జన్మించారు. అందువల్ల ఎస్టేటు చాలా కాలం కలెక్టరు క్రింద వుండవలసి వచ్చింది. తిమ్మరాజు గారి పెద్ద కుమారుడైన వేంకట శివరావు గారికి 1852 నాటికి 23

సంవత్సరాలున్నవి. ఆయన తిమ్మరాజుగారిచేతి క్రింద ఎస్టేటు మేనేజరు ఆఫీసులోనే ఉద్యోగం చేస్తున్నారని వారి తర్ఫీదు వలన జమీందారీ వ్యవహారాలు పనులు చక్కగా చేసేవారనీ ఉహించ వచ్చును. బహుశా అందు వలనే గంగాధర రామారావు గారి మైనారిటి తీరి ఎస్టేటును స్వాధీనము చేసుకున్న ఒక సంవత్సరమున్నరకు 01-06-1863 వ తేదీన శివరావుగారిని తమ ఎస్టేటు శిరస్తాదారుగా నియమించారు. అంతకు ముందు 1856 ఫిబ్రవరి లోనే తిమ్మరాజు గారు కాలం చేశారు. తిమ్మరాజుగారి పట్ల మా కుటుంబం పట్ల రాజాగారికి అభిమానం కలిగి వుండడం లో ఆశ్చర్యంలేదు.

శ్రీ తిమ్మరాజు పంతులు గారు పిఠాపురం ఎస్టేటుమేనేజరు గాను హెడ్ శిరస్తాదారుగాను ఎప్పుడు పని చాలించుకున్నారో సరిగా తెలియదము లేదు. కాని 13-01-1856 వ తేదిన ఆయన వ్రాసిన వుయలు నామాలో అమలుదారీ, నాయబు శిరస్తాదారీ, ఆక్టింగు శిరస్తాదారీ, వగైరా పనులు కొంచెము తక్కువగా 40 సంవత్సరముల పర్యంతం ఇదివరకు చేసి వుండి యున్నాను అను వాక్యం వల్ల 1855 అంతం వరకూ చేసినారని ఎంచవచ్చును.

Ω conditions and requirements of Madras Presidency John Bruce Norton (1854) pp311-313, 313-316

తిమ్మరాజు గారి శిరస్తాదారీ

శ్రీ తిమ్మరాజు పంతులు గారు హుజూరు శిరస్తాదారు గా నుండగా బీద బ్రాహ్మణ కుర్ర వాండ్రెవరైనా ఆయన నాశ్రయిస్తే వాళ్లను కొన్నాళ్లు తమ ఇంటిలోనుంచుకొని భోజనము పెట్టి కొంచం ఇంగ్లీషు నేర్పించి ఒక అంగరఖా తలపాగా ఇచ్చి తమకచేరీలో పని నేర్పించి దొరగారికి చెప్పి ఒక చిన్న గుమాస్తా ఉద్యోగం ఇప్పించే వారట. అలాగ వారి వల్ల ఉపకారం పొందినవారు తరువాత పెద్ద ఉద్యోగాలు చేసి బాగుపడినవారు చాలా మంది ఉన్నారని మా పెద తండ్రిగారు చెపుతూవుండేవారట.

కంభం నరసింగరావుగారు మాధ్వులైనందువల్ల వారు మహారాష్ట్రకన్నడ తెలుగు మాధ్వులను 'నమ్మ' శాఖ యని అభిమానించి ఉద్యోగాలివ్వడం ప్రారంభించినందువల్ల ఆయన కాలంలో జిల్లాలో చాలా మంది మాధ్వులు అన్ని శాఖలలో నూ ఉద్యోగులుగా నుండేవారట అంతట తిమ్మరాజు గారు శిరస్తాదారు గారైన తరువాత కచేరీలోని నియోగులు, వైదీకులు ఇతర శాఖలవారు పాత శిరస్తాదారు గారు తమఉద్యోగాలు ఖాయం చేయడానికి ప్రమోషనుకు కలెక్టరుకు సిఫారసు చేయనందువల్ల తమకు అన్యాయం జరిగినదిని చెప్పుకున్నారట. అంతట 'ఈ బెండకాయలను పోపున వేస్తానని ' తిమ్మారాజు

గారు అన్నారని ఆయనకాలం లో మాధ్వులకు ప్రమోషన్ ఇవ్వక తక్కిన శాఖలవారి కే ప్రమోష నిప్పించే వారని మాకుటుంబములోని వారు చెప్పే వారు. ఇందులో కొంత సత్యముండక తప్పదు. ఆనాటి రికార్డులు చూస్తే

అన్నివర్గాలలోనూ మాధ్వులు ప్రబలంగా వున్నట్లు కనబడుతుంది. వారి బంధువులైన గోలకొండ వ్యాపారులు, కరణ కమ్మలూ కూడా వుద్యోగాలలో హెచ్చు మంది వుండేవారు. నియోగులకు ఒకరి నాశ్రయించడము పరువు తక్కువ. అందువల్ల ఈ శాఖ వారు వుద్యోగాలలో చాలా వెనుకబడి వుండే వారు. గుంటూరులో సబ్నివాసు కృష్ణా రావు పంతులు గారు, న్యాపతి శేషగిరి రావు పంతులు గారు మాధ్వులు. బందరులో సుందరగిరి రామానుజరావు పంతులు గారు గోల్డకొండ వ్యాపారులు. రాజమహేంద్రవరం జిల్లాలో గజవిల్లి నరసింగరావు పంతులు గారు కరణ కమ్మలు. వారి తరువాత వచ్చిన కంభం నరసింగరావు పంతులు గారు ధేశస్థ మాధ్వులు. వారు ఆయా వేపారి శాఖల వారిని ప్రోత్సహించేవారు. ఈ శాకాభిమానం ఆకాలంలో చాలా హెచ్చు స్థాయిలో వుడేది. తిమ్మరాజు పంతులు గారు నియోగులకే గాక తక్కిన బ్రాహ్మణ కులాలోని కుర్రవాళ్ల ని కూడా ఆదరించేవారు. కొంతమందికి ఇండ్లు కట్టించి ఇచ్చారు. అయితే ఆయనకు శాఖాభిమానంలేదని చెప్పడానిక వీలు కాదు. ఆయన కొంత మందినియోగులకు చాలా సహాయంచేశారు. కృష్ణా మండలం నుంచి గోదావరి జిల్లాకు వచ్చిన ఆర్వేల నియోగ బ్రాహ్మణకుటుంబాల వారు చాలా మంది వున్నారు. అందులో బందరు దగ్గర కృత్తివెంటి కాపురస్థులైన కృత్తివెంటి వారు ప్రముఖులు. 1828 సం. లో తిమ్మరాజు గారికి కలెక్టరు గారిచ్చిన కాకినాడ నివేశన స్థలానికి దక్షిణ సరిహద్దు కృత్తివెంటి వారినివేశన స్థలమే. ఉత్తరపు సిరిహద్దున వున్న పారుపల్లి వారు కూడా నియోగులే. వీరూ కృష్ణా జిల్లా వారే. తిమ్మరాజు శివరామయ్యగారు తిమ్మరాజు గారి వల్ల సహాయం పొందిన వారిలో ఒకరన దానికి సందేహంలేదు. ఆయన 1849 సం. లో రాజన్నగారు తిమ్మారాజగారి పేర వ్రాయంచి ఇచ్చిన ఖరారునామా లేఖరి యగుటే గాక తిమ్మరాజుగారి వుయలు నామా లేఖరి కూడా ఆయనే. ఇంతే కాదు తిమ్మ రాజు గారు కోరంగిలో కొట్లు కట్టించ దలచి 1855 ఆగస్టు లో రాక్షస నామ సం. శ్రావణ బ. 10 బుధవారం నాడు దొంతాబత్తుల సుబ్బన్న భార్యా బసవమ్మ వద్ద 24 రూ. లకు ఒక నివేశన స్థలమును ఖరీదు చేసిన క్రయ కాగితము శివరామయ్య గారి పేర వ్రాయించామని వుయలు నామాలో వ్రాయుటవల్ల ఆయన తిమ్మరాజు గారికి విహితుడని తెలుస్తువున్నది.

తిమ్మరాజు గారి వీలునామా వ్రాసేనాటికి తండ్రి గారు లేరు. తమ్ముడు రాజన్నగారు సజీవులుగానున్నారు. రాజన్న గారికి పిల్లలు లేనందున రాజశేఖరుడు ఆనే కుర్ర వాణ్ణి దత్తు తీసుకున్నారు. అప్పన్న గారి సంగతి తెలియలేదు. అందువల్ల పిత్రార్జితపు ఆస్థిలో తన వాటాను తిమ్మరాజుగారు రాజశేఖరుడు గారికి చెందచేస్తున్నామని అందులో తమ వాటా తాలూకు **వాజ్మల్ మిరాసీ** మాత్రం వీలైతే

రాబట్టుకొని అనుభవిచవలసిదనిన్నీ తమ కొమాళ్లను ఆదేశిస్తూ వుయలు నామాలో వ్రాశారు. తన చెల్లెలు రాజ్యలక్ష్మమ్మగారు మొదటినుండీ తమ వద్ద నే వుంటూ వున్నదువల్ల ఆమెను పోషించ వలసినదని శాసించారు. తమ రెండవ కుమారుడైన వేంకట రత్నం గారు అప్పటికి ఆరేండ్ల బాలుడైనందువల్ల ఆయనను పెంచి పెద్ద వానిని చేసి ఉపనయన వివాహాలు చేసే భారం పెద్ద కుమారుడైన శివరావుగారిపైన వుంచారు. తన భార్య నగలలో 500రూపాయ విలువగల వానిని వేంకట రత్నంగారికి వివాహమైనప్పుడు ఆయన భార్యకు పెట్టి మిగిలినవి తన భార్య సీతమ్మగారి ఇష్టానుసారం అనుభవించ మన్నారు. అన్నదమ్ములు పంచుకునేయడల తమ భార్య పోషణకు తగు ఏర్పాటు చేశారు. తిమ్మరాజు గారు తమ కొమార్తెకు చిన్న తనంలోనే పెండ్లి చేశారు. ఆమెకు పసుపుకుంకుమ క్రింద రమణయ్య పేటలోని షుమారు మూడ వీసముల దుంబాల మాన్యమిచ్చారు. తిమ్మరాజు పంతుల గారి వుయలు నామా మంచి తెలుగు భాషలోనున్నది. అందులో ఆయన వ్యవహార జ్ఞానము, దూరదృష్టి న్యాయ బుద్ధి అపారంగా కనబడుతుంది.

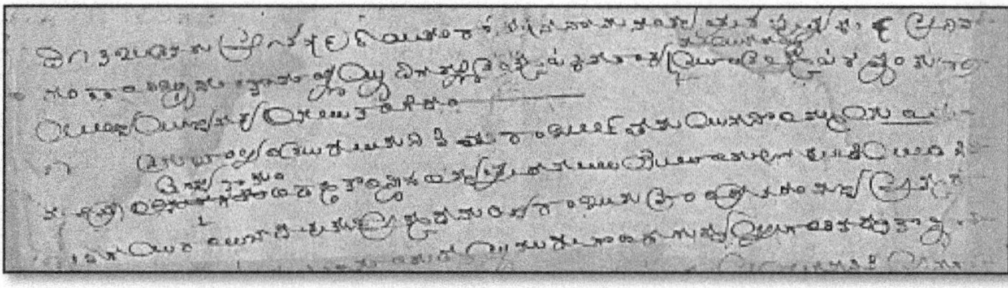

"ది ౧౩ జనేవరి ఆ ౧౮౫౫ సంవత్సరం రాక్షస నామ సంవత్సర పుష్య శుద్ధ ౬ షష్ఠి ఆదివారం తారీఖున మా కొమాళ్ళ యిన దిగవల్లి వెంకట శివరావు, మైనరైయిన వెంకట రత్నం కు వ్రాయించి ఇచ్చిన వుయలు కాయితం "

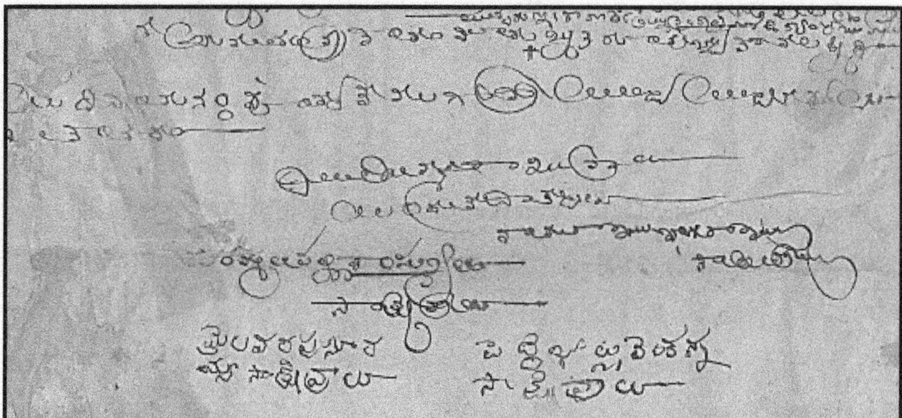

"ఇది నా మనః పూర్వకముగా వ్రాయించి ఇచ్చిన వుయలు కాగితము దిగవల్లి తిమ్మరాజు. ఇందుకు సాక్షులు కామరాజు భోగరాజు సాక్షి వ్రాలు, తుమ్మలపల్లి శాస్తులు సాక్షి వ్రాలు, మైలవరపు సూరయ్య సాక్షి వ్రాలు, పెద్దిభొట్ల వెంకన్న సాక్షి వ్రాలు. వుయలు నామాకు దస్తూరి తిమ్మరాజు శివరామయ్య"

పిండిప్రోలు లక్ష్మణ కవిగారి కథ

కళా ప్రపూర్ణ శ్రీ చెళ్లపిళ్ల వేంకట శాస్త్రి, శతావధాని గారు శ్రీ దిగవల్లి తిమ్మరాజు పంతులుగారి కుమారుడైన దిగవల్లి వేంకట శివరావు గారిని గూర్చి తాము విన్నసంగతులు కృష్ణా పత్రిక వగైరా పత్రికలలో వ్రాసిన వ్యాసములలో వివిరించి యున్నారు. ఆ వ్యాసములు గ్రంధరూపము గా వచ్చినవి.

25-09-1939 తేదీన కృష్ణా పత్రిక లో "పిండిప్రోలువారి దండితనము" అనే వ్యాసములో లక్ష్మణ కవిగారు ఒక పర్యాయము పిఠాపురం సంస్థానములో తమకు రావలసిన వార్షికం ఇవ్వడములో ఏదో తగ్గించడమో ఏమో జరిగనదనీ అప్పుడు దిగవల్లి శివరావుగారు దివానుగానుండే వారనీ మన కవిగారు కచేరీ చావడి లో నికి వెళ్లి మా దిగవల్లి శివరా వెక్కడ నాయనా అని రెండు మూడు సార్లు రెట్టించే టప్పటికి రసజ్ఞులైన శివరావుగారు ఆమాటవల్ల ఏదో మునిగి నట్టున్నదని గ్రహించి ఏమిటి తాతగారు నేనే శివరావు అని సవినయముగా చెప్పి ఆలోటు పాట్లను సవరణచేసి పంపినట్లు చెప్పగా విన్నాను అని శాస్త్రిగారు వ్రాశారు. ఈ గాధలోని విషయం శివరావు గారు దివాను గా నున్నప్పుడు జరిగియుండదు. శివరావుగారిని పిఠాపురం రాజా శ్రీ గంగాధర రామా రావు గారు 01-06-1863 తేదీన శిరస్తాదారు గా నియమించారు. వేరే దివాన్జీ లేనందు వారి నే దివానుగారనేవారు. శివరావు గారు దివాన్గిరి చేసేనాటికి లక్ష్మణ కవిగారు జీవించి యుంటారని అనుకోవడానికి వీలు లేదు. 1840 నాటికే ఆయనకు డెబ్బది ఏండ్లు వుంటాయని వీరేశలింగంగారి ఉహ. ఆయన శతవృద్ధుడని శివరావుగారు చాలా చిన్నవాడని తాతాగారూ అని సంబోధించడంలో నే తెలుస్తుంది. లక్ష్మణ కవి గారి భూమిని కుయ్యేరు గ్రామంగుత్తకు పుచ్చుకున్న పిఠాపురం రాజా గారి బంధువులైన రావు ధర్మారావుగారా క్రమిచినందువల్ల నే ఆయనను రావణాసురునితో పోలుస్తూ 'రావణదమ్మీయం' అనే ద్వ్యర్థి కావ్యం రచించాడు.

లక్ష్మణ కవిగారు తిట్టు కవి. ఆయనను చూసి చాలా మంది భయపడేవారు. ఆయనకు పిఠాపురం సంస్థానం లో వార్షికముండడము అందులో ఏదైనా లోపం వస్తే ఆ వ్యవహారాలు చుసే వారి

దగ్గరకు వెళ్లి మాట్లాడటము సహజమే. బహుశా శివరావుగారి తండ్రిగారైన దిగవల్లి తిమ్మరాజుగారు కలెక్టరుగారి క్రింద పిఠాపురం మేనేజరు గా వ్యవహారాలు నిర్వహిస్తున్న కాలంలో 1851-52 ఆ ప్రాంతంలో కలెక్టరుగారి క్రింద మేనేజరు గా కచేరీ వ్యవహారాలు నిర్వహిస్తున్న ఆయన చేతిక్రింద శివరావు గారు చిన్న గుమాస్తాగా పని చేసూవున్న సమయంలో కవిగారు రావడము జరిగివుంటుందని, నియ్యోగులలో బీరకాయ పీచు గా బాంధవ్యం వుండటంవల్ల గొప్ప కవియైనందువల్ల 22 సంవత్సారాల చిన్నవాడైన శివరావుగారితో ఆవిధముగా మాట్లాడివుంటారని అంతట శివరావు గారు తండ్రిగారికి చెప్పి కవిగారి విషయంలో జరిగిన లోటు పాటుల చక్క బరచి పంపియుటారని ఉహించ వచ్చును.

1851వ సవత్సరము నుండి పిఠాపురం రాజకుమారులైన నీలాద్రి రాయణింగారు, గంగాధర రామారావు గారు మైనర్లు గా వుండగా వారికుటుంబానికి నౌకరులకు ఆశ్రితులకు బంధువర్గానికి అయ్యే ఖర్చు సొమ్ము, జీతబత్తెములు వార్షికాలు చెల్లించడము రైతుల వ్యవహారాలు వగైరాలన్నీ కలెక్టరు క్రింది మేనేజరుగారైన తిమ్మరాజుగారే జరిపించేవారు. అందువల్ల అప్పటిలో ఈ సంఘటన జరిగివుంటుందని ఊహించవచ్చును. శ్రీ వేంకట శాస్త్రిగారు దిగవల్లి శివరావు గారిని గూర్చి చాలా కథలు చెప్పే వారు. అందులో ఇదిఒకటి.

దిగవల్లి వంశవృక్షం (సంక్షిప్తం)

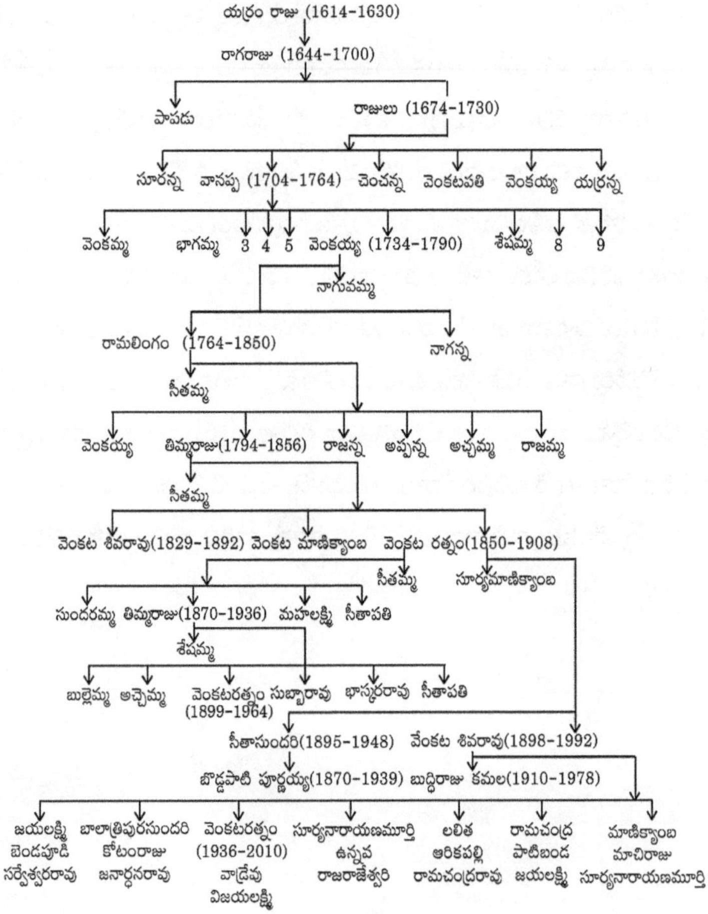

తిమ్మరాజుగారి వుయలు కాగితం(విలునామా)

1856 సం. జనేవరి 13 తేదీన వ్రాసిన వుయలు కాగితం అనబడిన విలునామా $9^{1/2}$ వెడల్పు 14 (అంగుళాలు) పొడవు గల 8 పుటలు. ఆ కాలం నాటి చేతి వ్రాత, పారిభాషక పదాలు, ఆస్తిపాస్తులు, భూమిపై హక్కులు, మొదలగు వివరాలు కలిగిన ఈ విలునామా ఆకాలం నాటి చరిత్ర ను చాటుతుంది. కానీ అసలు ప్రతి చదవడం దర్లభం. అందు చేత అసలు ప్రతి మొదటి మరియు చివరి పుట మాత్రమే అతికించి విలునామా శుద్ధ ప్రతిని పూర్తిగా ఇవ్వటమైనది.

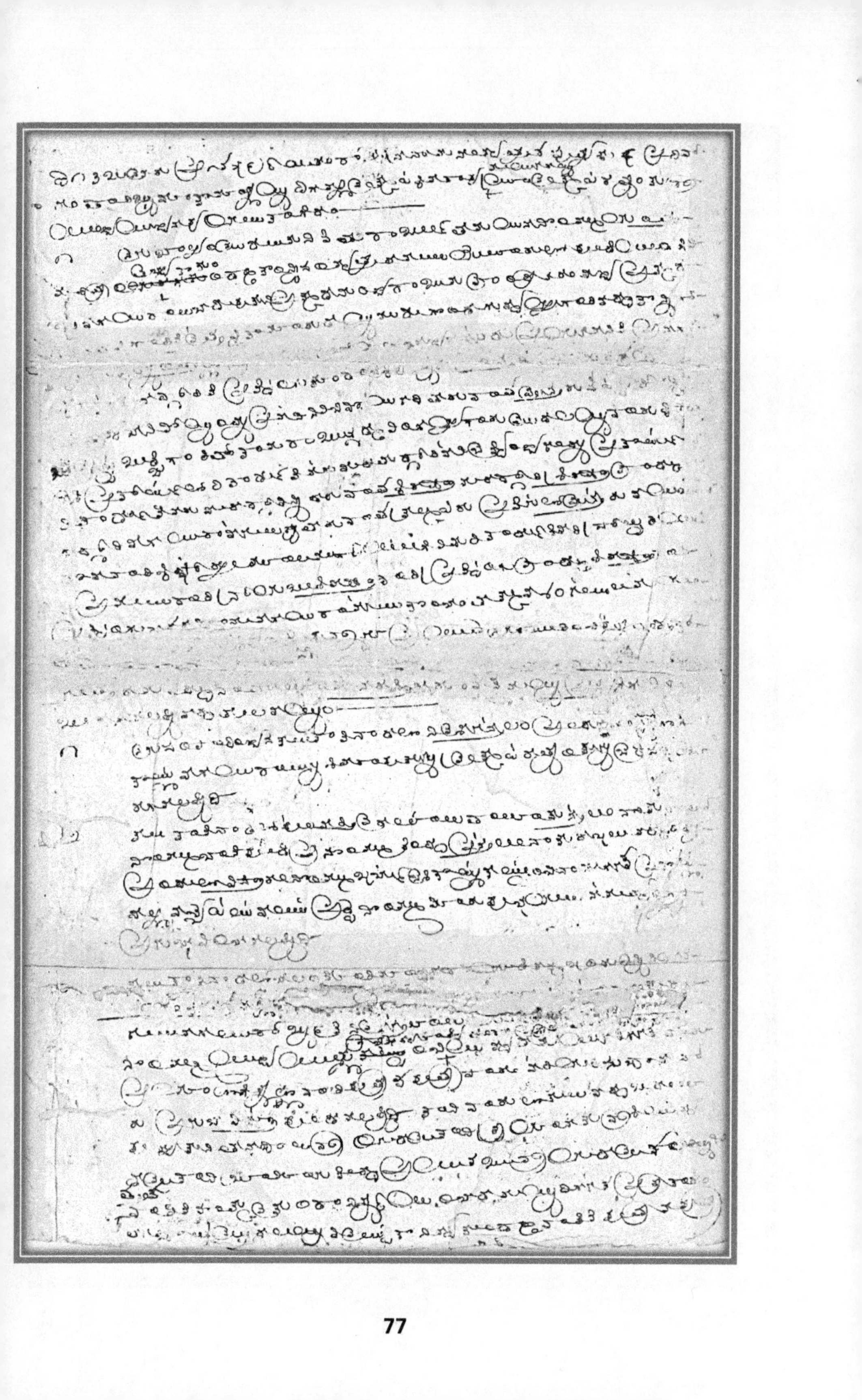

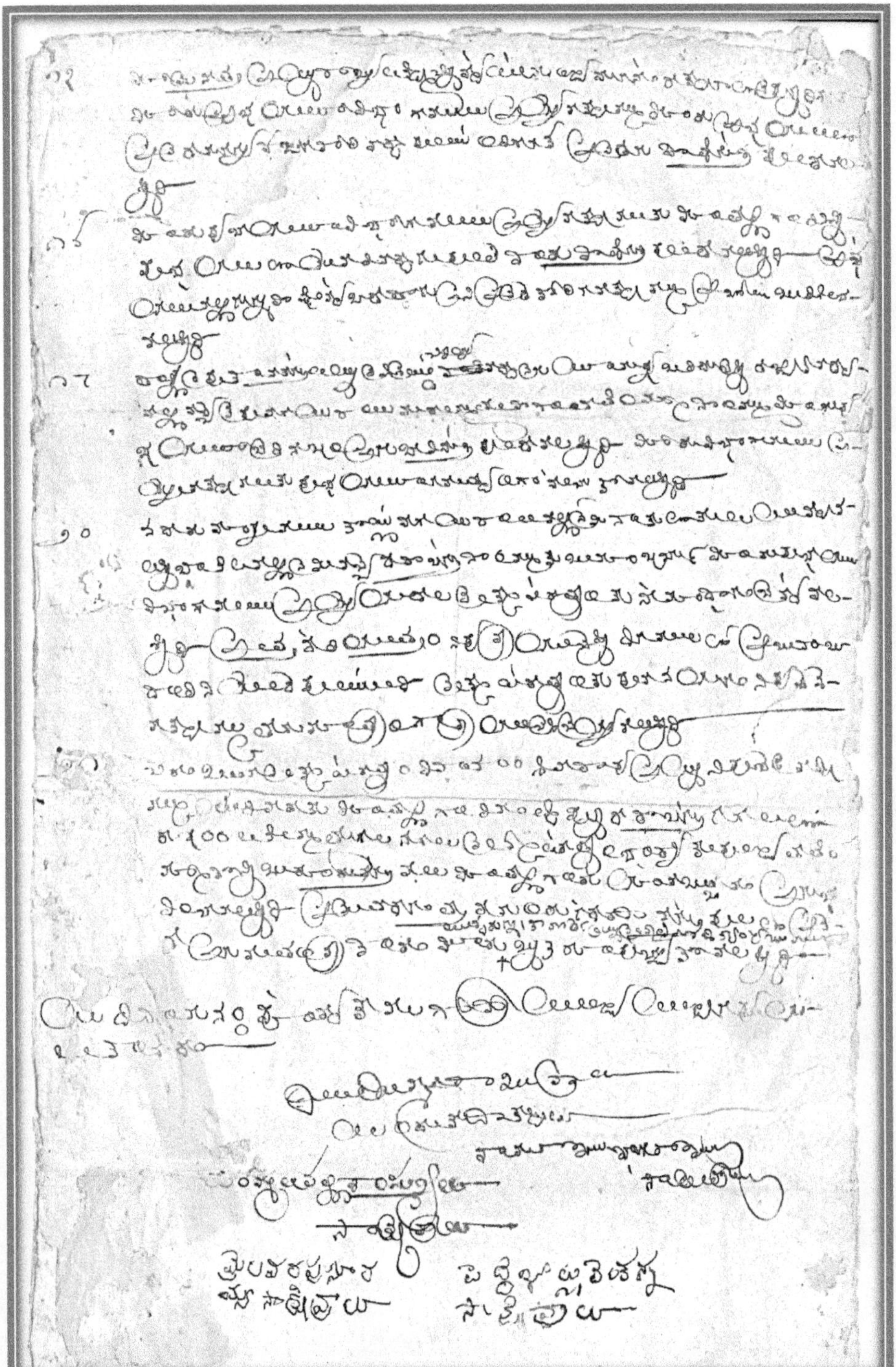

శ్రీ దిగవల్లి తిమ్మరాజు పంతులు గారి స్వహస్తలిఖితము.

ది 13 జనేవరు శ్రీ 1856 సంవత్సరం
రాక్షస నామ సంవత్సర పుష్య శు ౬ ఆదివారం
తారీఖున మనుమళ్ళయిన దిగవల్లి
వేంకటశివరావు, మేనల్లుడయిన యీ వెంకటరత్న
ముకు తెలియచేయుచున్న వృత్తాంతం.

1. నేను బాల్యం మొదలుకొని పితరా
ర్జితమైన సాముద్రిక తంత్ర మంత్రము చెప్పుకో
కుండా కొన్ని సంవత్సరములు ఏలూరులో
వుండి ఇంగ్లీషు వగయిరాలు చదువుకొని ఉద్దేశ
నుంచి రాజమహేంద్రవరము వచ్చి ఉత్తేరుడ
~~[illegible]~~ మా తల్లిగారి పెత్తల్లి కుమా
రుడయిన ముదుగొండ గుర్వయ్యగారివద్ద (...
కొన్ని రోజులు వున్నంతలో ఆయనకు
కాయిలా వచ్చినప్పుడు ఆయన పనికి అనగా
శిరస్తా మదద్గారీ పని ఆక్టింగు తుండాం చేసి
వున్నాను. అంతట ఆయన దైవగతి తప్పి
చనిపోయినందున ఆ పని నిల్చిపోయినది.

తరువాత మేస్త్రు పీటరు శీడు తర్వాత బుతెల్లు
జడ్జి గారిటన్ తాపురాజు గద్ద వింగ యర్లగారు
మొదలయిన వారు శిఫారసు చేసి ఆ కోర్టులో
రికార్డు కీపరు.మ దగ్గరి పని చెప్పించినం
దున ఆ. కోర్టులో రికార్డు కీపరు మదగ్గరిన్ని
తరువాత శిరస్తా మ దగ్గరి, శిరస్తా హెడ్ మ
దగ్గరి, వగయిరా పనులున్నా తరువాత
కలక్టరు ఆఫీసులో మెస్త్రురు నై బల్లు ధారవారి
శిఫారసు మూలముగా యింగ్లీషు రికార్డు
కీపరి పని, సాల్టు రైటరి, ఉమల్దారి, నా
యబ్ శిరస్తాదారి. ఆక్టింగు హెడ్ శిరస్తాదారి,
ఆక్టింగు సదరుమీర్ వగయిరా పనులు కాం
చెము తతుగవ 40 సంవత్సరములు పర్యంత
ము యిదివరకు చేసి వుండి యున్నాను.
ఇయితే నను జీవించి యున్నంత కాలము
నాకు ఆను కూల ప్రకారం జరుగుబాటు స్వది
గనుక నా తదనంతరమందు నాబాబుకు

చరస్థిరరూపతమయిన ఆస్తిని గురించి జరుగవలసిన పద్ధతుల వివరం:-

1. నేను సంపాదించిన తా॥ తొత్తినాడలో నివేశనస్థలం అందులోయున్న లోగిలితాట్లు నగయురాలు సున్న శివరావు తమున్న, వెంకటరత్నమ్మనున్న చెరిసగము జరుగవలసినది.

2. తా॥ తొత్తినాడలో పులవర్తి పేరంటాలు తాయింతుస్థలం నాకు బాలాసాహెబ్బు బాత వుండి ఆ సాహెబ్బు క్రింద ఆస్థలం దఖలు పడ్డంయున అందులో విస్తారము సాహెబ్బు ఖర్చు చేసి తాటు కట్టించినాను. గనుక ఆ తాటు వచ్చుటుటు వరకు అద్దె సాహెబ్బు మూరు ఉభయులూ సమత్వముగా అనుభవించవలసినది.

3. తా॥ తొత్తినాడలో చెలంతూరి మాధవరావు యొద్ద ఖరీదుచేసిన నివేశనస్థలం - తాత్తపల్లి సూరావధానులు, మయిబవవపు సూరావధానులు వగయిరాజినము 6 తి.

నివేశనస్థలములు పర్వతరావుగారికి కొంత
సొంతమ్ము యిమ్ము యిళ్ళు కట్టించి శ్రీ భీమేశ్వరాల
యముగా అగ్రహారము కట్టించి యివ్వడమయి
నది గనుక వారు ఆ యూరిలో గల యిళ్ళలో వారు
పుత్ర పౌత్ర పారంపర్యం సుఖాన వారు అను
భవిస్తూ వుండవలసినది. తాని వారిలోను
వద్దు బదులు పుష్యకాని తనఖాలు వేయుడ
మే కాని క్రయమునకు వేసి యివ్వడమే కాని
జామీను క్రింద ఉపయోగము వేయుడమే గాని
యీ మొదలయిన నిమిత్తం వారికి హక్కు
లేకుండా నిర్ణయించడమయినది. గనుక
ఆ ప్రకారం తనఖాలు మొదలయినవి పెట్టు
కోనివ్వకుండా వారికి పుత్ర పౌత్ర పారం
పర్యం వారికి జరుగ వలసినది. యిందు
కు వ్యతిరిక్తముగా జరిగితే ఆటంకా యుంచవలసి
నది.

4. తేది కొండనాడలో మల్లాది పేరమ్మ

5

ఆలయాంకు స్థలము నాకు దఖలు పడ్డందున అం
దుల్ ఎవరెవరు వచ్చి బాటసారులు వగయిరా
లు మొ॥ వండుకొని భోజనము చెయ్యడమునకు
పడుండడముకున్నూ సదుపాయముగా
వుండగలందులకు శ్రీ భీమేశ్వరస్వామివారి
కృతముగా సత్రములోనికి తట్టుంబు అందులో
కొన్ని గృహోపకరణములు వగయిరాలు ఖరీదు
చేసి వుంపించడమయినది. గనుక మీరున్ను
సదరు హాలోనికి కావలసిన మరమ్మతులు
వగయిరాలు మీ స్వంత సొమ్ముతో పెట్టి చేయించి
రహదారిని వస్తూ పోతూవుండే బాటసారుల
కు సదుపాయముగా జరిగేలాగు
జాగ్రత్త చేస్తూ వుండవలసినదిగాని మీ
వృక్షయులకు స్వంతము క్రింద పంచుకోవలసిన
జరూరు లేదు.

5. తేది తాం3నాండలో దిమ్మరాజు రంగయ్య
గారి ఆలయాంకు స్థలం నాకు క్రయరూపకముగా

6

దఖలు పడ్డందున ఆస్థలము పెద్దిభొట్లు సుబ్బా
వధానులు గారిలోగిళ్ళ తట్టు కాని ఆయన
యొక్క ఆయిన తదనంతర ముందు నల్లూరి
కామయ్య పమ్మి శ్రీ క్షేమేశ్వరరావు పంతులు గారి
పుత్ర పరంపరాగలందులకు ఆ సుబ్బావ
ధానులుగారి పేర పట్టా వ్రాసి యివ్వడము
యునది. గనుక వారున్ను సదరు యీస్థలము
తనబాలు, బాలూనులకు క్రయముకు
సత్తు లేకుండా వారి పుత్ర పౌత్ర పారంపర్య
మనుభవించవలసినది. అందుకు వ్యతిరిక్తము
గా జరిగించిన పక్షముకు యిందులో వ్రాసిన
4. నెంబరు ప్రకారము జరుగవలసినది.

6. కల శ్రీమహాపురంలో తూర్పుమంచి
మళ్ళీ యిక్కడ లాయుతు నివేశనస్థలము ఉందులో
వున్న పెంకుటింలోగిళ్ళ వగయిరాలున్ను యిదిగాక
మూబరాజు కొండన్న. యింజీ గన్నవరం
కు నేను ఖరీదు చేసిన నివేశనస్థలం వగ

రం యనునాన్ని తేసాం ప్రగడ సుబ్బయ్య. యిం
శేషయ్య గారి తాలూకు నేను ఖరీదు చేసిన నివే
శనస్థలమును నున్న సదరహీ నివేశనస్థలము
లో ఇదివరకున్న ఫలవృక్షములు యేమి
నేను వేయించిన ఫలవృక్షములు యేమి వాటి
లో వున్న నూతులు ఏమి యింటి తురకలు
వగయిరాలు వద్ద నేను ఖరీదు చేసిన స్థలము
ఏమి మీరు ఉభయులూ వెరసి సగము అను
భవించవలసినది.

7. తేది. అమలాపురములో మేస్టరు
టి. జె. సాత్విగారు ఖరీదు చేసిన బాపతు
సాతు దఖలయిన నివేశనస్థలమును అందులో
వున్న బంగారు కాంతు సినీ తొట్లు, తత్కేసు, తొబ్బిం
చెట్లు టాంజి చెట్లు వగయిరాలును, మీరు
యిద్దరు సమభాగముగా అనుభవించవలసినది.
గనుక అందులో నేను వేయించిన తొబ్బిం చెట్లు
వల్ల ముందు వచ్చేశిస్తు నున్న యిదివరలోనే

సదరహీ బంగళాంతు వస్తూ వుండే అద్దె
సొమ్మున్ను మీరు యిద్దరూ సమత్వము
గా అనుభవిస్తూ వుండవలసినది.

౮. తేది. తేరంగిలో కొట్టు తత్పూర్వ
గలండులకు రాక్షస నామ సంవత్సర శ్రావణ
బ. ౧౦ బుధవారం రోజున దాంలాం
బొట్ల లసున్న భార్యయైన బసవమ్మ
వద్ద ఖరీదు చేసి అమ్మారాజు శివరామయ్య
పేర వ్రాయించుకున్న క్రయ కాగితము
ప్రకారము సదరహీ నివేశనస్థలములు
యిద్దరు సెం సగము అనుభవించవలసినది.

౯. ఏ ఏ గ్రామములలో నేను ఖరీదు
చేసిన మాన్యముల వివరం:-

౧. మం॥ గురజాపల్లిలో నేను.
ఖరీదు చేసిన అంగర వారియొక్క తుదుంబాలా
మాన్యము యిదివరకు సాలు। కి వచ్చు రూ౦౦
లు బాకీ శిస్తు గలది. దుంబాలా మాన్యము
2 పుట్లు.

౧. ము॥ నడుపుండిల్ సేనుతానన్న తల్లుబడి
మూన్నాం త్రిగలవెంగన్న వద్ద ఖరీదు చేసిన బాబతు
ఖ ౧౧౦ యుండగా చెల్లించే తల్లుబడి కరణాలకు
త్రిఖల్ వుంటుంది. ఖరీదు ఆఖరు అయినది గనుక
సన్ 1266 ఫసలీకి ప్రమరతంచే యుక్తలసి వుంటుంది.
౧. ము॥ వేమవరములో సేనువేలములో
ఖరీదు చేసిన దుంబాలా వమున్నా రమురమీ ఖ ౧౪౦ల
లో సకం వంయ ఖయు ౨౪౦ నూ౨ పాలు ౧కి
యు ౨౫ లు బాగాపున ఖుడిత బుత్తడికి నాన్న గుర్రం వెంకన్న
తునున్న రమణాంబన సత్తెన్న తునూన్న ౧౨౬౫
ఫసలీలగాయతు ౧౨౬౬ ఫసలీ ఆఖరు వరకు
సాలు౧కి యు౨౫లు బాగాపున అమరతం చాయుడ
వయినది. గనుక ఆప్రకారం ఖరీదు ఆఖరు వరకు
యుంటం నిర్ణయించవలసినది.
౧. ము॥ వేమవరములో సేను ఖరీదు చేసిన
తడిమూన్న ఖంయు ౨౪౦. దుంబాలా బాబు నిర్ణ
పుత్రవ వింటిన ఖరీదు చేసిన ఖ౦౧౦ తల్లుబడి

ప్రాణాన్ని వెరసి ౘ ౧౮౭౪ ఉం తుళి స్వరు 33-8-0ల
యంత్రపరిచి ఇందూర్ సంస్థాన తల్లుబడి లుగ 10
గ్రా. తతమాన్యలు కొండం తున్న ౧౨౬ శిఫ్స
తీత మాన్యము. రాతుత్రి బాసినంయ తప్పుడ
యున గంగులుతు అమరతంచేయుడ మయున
ది. గనుత ౧౨ ౬౬ శసవి తెయదలుకొని
అమరతంచేయవలసి వుంటుంది.

౧. ము౦. ముల్లాడి వరంలో తెనుబరీదు
చేసినతల్లుబడి మాన్యంసాలుగ తి లు ౧౦ లు
బాగ. పాటి శెట్టి రంగా నాయిలు తు యుదివరకు
అమరతంచే సిత్రుండు మయునది. స్త౧౨౬౬
శసవి తెయదలుకొని వేరే రహియులకు అమర
తంచేయవలసి వుంటుంది.

౧. రమణాయక్కపేటలో సంయూరి వల్లవారు
వద్దకొన్న దుంబాలా మాన్యం రమారంగి
రపసంయులు - పాటికి వ్యవసాయం చేయు
గలందులకు మున్నటికి తొలగియుకొని

వుండడమయినది. గనుక ఆప్రేతాంశము జరిగి
చవలసినది.

౧. మం॥ రమణయ్యపేటలో పిఠయాల.
నరసింహాచార్యులు యూయున తల్లి మంగమ్మ
వద్దలో నయనం ఖరీదు చేసిన రమారము 3వేస
ఎల దుంబాంలాం మాన్యము సాలు ౧కి రు34-00
లు హాపున బాళ్ళు, పన్నా. శివాయ రాయుడు,
రావుడు యూ వాపెరేషతు అమరతం చేసి
వుచ్చ్ఛుతోంవాలెయుంచు తానివుండడమయునది.
గనుక ఆషరయు పరియుంటం. అరవి యులత్రింద
సు జరిగించవలసినది. ఇదిగాంత బాళ్ళు, పన్న
లాలూతు యిదివరకున్న ౧౨ కైఫీసర్టు అ
మరతము అయివుండలేదు గనుక అది అమరత
ముచేయవలసి వుంటుంది. అయితే యింపుబాయ
లకు టాడ బుట్టిన పడుచు అయిన తల్లాప్రగడ
వెంకట మాంగా కింబకు పసుపు కుంకుమ నిమి
త్త వయు యూ మాన్యము దానికి న్నిధర్మశాస్త్ర

ప్రకారము దీని సంయతినిన్ని జరుగవలసినది. అంతే కాని మూడు భాగములలో పంచుకొన వలసిన నిమిత్తము లేదు.

౧. మరి సర్వే నంబరులో సాలుగతి తెల్పుబడి పరటు పుల్లుకు 2౧తిలు 1-0-0లు దా౪ జమీందారు వారికి తెల్పుబడియున్న పుండే మాన్యము రమారమి 2వ సాలు వింజమూరు నింబారు వద్ద ఖరిదు చేయుడబడియున్నది. అయితే ఆ భూమిన్ని ౧3E౫ ఫసలీకి పేరిశెట్టి పద్మనాభుడికి అమరకం చేయుడమయినది. ముందు సేతులాలు బాపున జరుగవలసినది.

౧. మరి గంగలకుంటలలో వయి సందేసా ఖరిదు చేసిన దుంబాలా మాన్యాము రమారమి 2౦౪౨౪౦ భూమిన్ని ౧౨౬౫ ఫసలీకి కొట్నిరెడ్డి. పోతురెడ్డియు యిరువురున్ను ౧౨౬౦ ఫసలీలు 140-0-0లకు అడమానము చేసినారు

అమరతరంజని ప్రారంభమైనది. అయితే
ఆయుండాన్న ౧౩ ౬౬ తిసరతి పోతే చెట్లు
వగయుర౦లుచుంచి మధ్యవర్తులను తుండాం
వుంచు తాని శస్త్ర తెల్లరావ వలసినది—

౧. మం.౪. సర్వేశ్వరాలో పత్యమల్లు మూర్తి
రాజు వద్ద లావయునం నేను ఇరదిలు చేసినరము
రఘుభుంబాంలాల ౨ వ సంవత్సల మంజు దీ చెట్లు
వృష్ణభూమి స్న ౧౨ ౬ ౫ ౪ సవ మొదలు తాని
అమరత్వము కో యువలసి యుంచియుండి.

౧. మం.౪ మురుమళ్ళ లో పూర్వము నేను
సంపాదించిన తల్పుబడి. మాన్యము ౨ ౧.౪౦
విప్పుందువాయువున పేరు వారుడయిన కొంత్ర
పర్సురాం వధానులుగారి తిలో వయునవే.
శ్రీ సాంబశివాం త్రిపతులు గారి పట్టాభిరాయుంచి
యువ్యడమయినది. గనుక ఆయనకు
అభూమి ఆయన పుత్ర పౌత్ర పారంపర్యం
ఆయన క్రింద జరిగించవలసినదే తాని అది

ముందు పంచుకోవలసిన విచిత్రమేది.

౧. శం౪. అరట్ల కట్టలో ప్రారంభం
బొట్టి తయ్యగారింది దాసుగారిని అనుసరించి
తిరుతిరి నుండులో వేంచేసియున్న శ్రీ స్వామి వారికి
ఆలయము, గోపురము కల్యాణ మంటపము
వగయిరాలు కట్టించి ఆయన గారి కల్యాణో
త్సవము దసరా వుత్సవము నందాదీపము
వగయిరాలు క్రిందను (రెండు పుట్లు = 16 ఎకరములు) ౭౧ దుంబాలా మాన్యము
భూమి ఆ స్వామి వారి పేరన ఆ జమీందారు
గారిచే పట్టా వ్రాయించి తెప్పించి ఆ భూమి
రహితులకు అమరకం చేసి అందువల్ల.
వచ్చే శిస్తు జమాయిలు ఆ యాభై గాదుల
క్రిందను వినియోగ పరుస్తూ వుండడమయి
నది. గనుక ఆ భూమిని తగిన రహితులకు
తగు శిస్తుకు అమరకము చేయించి అందువల్ల
వచ్చే సొమ్ములో పయిన వ్రాసిన వుత్సవము
లు వగయిరాలకు పోగా మిగలు వున్న సొమ్ము

సంతానములు తెగిల్లు తెలియదలయిన వారంతి
తెలవలసిన మరఖ్యాయములు చేయుస్తు వుండ
వలసినది గాని ఆ భూమి మీంద భాగము
లలో నిత్తి తొబ్బత్తి వలసిన ప్రత్తిత్తి డిది.
౧. యదిగాంత సం.౪ పతివేల లాసదు.
హీస్వామి వారి నియుత్తం నేను సంపాదించిన
దుంబాంబ్రాలా యున్నాయి ౨౦౪౧౪౦ అ.
యండాంక్ రకేంయులు ౧ ౨ ౪ ఫసలీ వరకు
ఆపరతము చేసి వుండడమయినది. అయితే
ఆ భూమి వల్ల వచ్చేటటు వంటి శిస్తు యూవాయు
లు నున్ని ఆ స్వామి వారి. భోగందుల క్రింద
వినియోగం పరస్తు వుండవలసినదిగాని
ఇది ఇంబాగముల క్రింద పంచుతి వలసిన
నియుత్తముగు లేదు. అయితే ఆస్వామి వారి
శాశ్వతముగా పుత్రులున్న యుంతాములుట్లు.
ప్రకారం వగ యుండియసు లు నున్న నేను చేయుచుగా
ఇవశ్వప్త ముగాం వుండే వనులు, పున్న పక్షముతు

మీరు ఉత్తరములు వ్రాసి చేయిస్తే నేను
ఇతరుల సంతోష పెట్టి యున్నాను. సద
రహీ భూములలో బోరింగులయున్న
వెంకటేశం మాతో కొలుచుకున్న, కొత్త పల్లి.
సూరయ్య గారి తమ్ముడు యిచ్చిన భూమిలయున్న
దేవుడు దయవలన అందరి భూములు వున్నాక
తల వున్న భూములు వెరసి నాయి.
అనుభవించవలసినది.

౧. ఎవరెవరు నాకు బాకీలు వున్నవయినం.

౧. తూంపమంచి వెంకన్నగారు బాకీ
నికేశనం తన భూముదాను. - అసలు
యు దివరకు వసూలు పోగా బాకీ_

౧ సుతాపల్లి వెంకటేశ్వర్లు అసలు
రూ 82 40. యిదివరకు వసూలు
పోగా బాకీ.

౧. పాలపర్తి రంగనాయుడు యిది
వరకు వసూలు పోగా బాకీ రూ 2-0-0.

౬

మూడు శుభ యిలు ఎన్నా చేయిస్తే నేను మతిలాసంతోష్ పిల్మా యిరవాన్నాను. సదరహో భూవిలలన్ చరంజీవులయిన వెంకటేశం మూడో కొడుకు చిన్నా, కొత్త పల్లి. సుందర రామ్ గారి తిన్నిమిస్తా నభూమాలుమ్మ దేవుడు దేవతలు అంతా భూమాలు ఎన్నా గాంత లల ఎన్ని భూమాలుంటాయి వెరిసగ విలు. అనుభవించవలసినది.

౧. ఎవరెవరు నాతుబాంతేలు వున్నవయం.

౧. తుంబమలాచి వెంకట్నిగారిబాంతే నితిశనంతనభా మాదను.- ఆసలు యిదివరకు వసూలు పోగా బాకీ_

౧ సుతాపల్లి వెంకటేటిగా మన్మరి అసలు ౮౮౪౨౫౦. యిదివరకు వసూలు పోగా బాకీ.

౧. పాలపర్తి భుజంగరావు గారు యిది వరకు వసూలు పోగా బాకీ: రూ. ౨-౦-౦.

౧. క్రిష్ణరప్పు భగవంతులుగారి బాతె అసలు—

౧. చెట్టి సూరప్ప బాతె అసలు రూ ౧౦౦-౦౦

౧. కొండు తిమ్మ వెంకన్న—

౧. ముదల అప్పయ్య తనఖాపత్రం వారు

తం. తేదీలు జిత్ర ప్రతిపాదం.

౧. బాల గవర్ణమెంట్ పంతులు - వెంకయ్య తనఖా

పత్రం వారిచ్చారు అసలు రూ౧౫౦-౦-౦.

౧. దఫా ముదలు అప్పయ్య బాతె జిత్ర తనఖా

చేసిన అసలు వడ్డీ. తప్పులు—

౧. ముదలవరప్పు సూరావధానులుగారి

అల్లుణ్ణి అన్న అసలు రూ. ౫౦-౦-౦.

౧. బాందిలిబందల అనంతరాం బాతె

అసలు రూ౧౫౦-౦-౦.

౧. పురదప్పు చిత్తి బాతె—

౧. చుక్కలూరి గన్నిధర్మ బాతె - తనఖాప

త్రం అసలు రూ ౧౦-౦-౮.

౧. దఫా బాందిలి బందల అనంతరాం. అసలు రూ౧౦౦-౦౦

18

౧. దఫా బాందివిభవానిప్రసాదు బాకీ అసలు
రు ౧౦౦-౦-౦.

౧. ప్రగళ్ళపాటి సుబ్బారాయుడు బాకీ
అసలు 200/రు.

౧ దఫా బాందివి బందరు ఆనందరావు భట్లు
వగైరాలు తనఖా మీద వసూలు
పోగా బాకీ రు 200/-

౧ బాందివి బాలాజీ నికేతనం ముద్దయ్య
తనఖా పత్రం లోటుకు అసలు రు ౧౦౦-౦

౧ నందిగోళ్ళ మల్లయ్య వగైరాలు
తిరిగిలాపున్న లంకలిస్తలు వగ
యిరాల తనఖా మీద అయ్యారావు
శివరామయ్య పేర వ్రాయించు తున్న
తనఖా పత్రం లోటుకు అసలు రు ౫౦-౦౦

౧ ఏడిద శివరామయ్య సాం॥ పాతతేరంగి
బంగారప్ప స్వామి గారి ఖుల్లా పెట్టెలు
తాకట్టు పెట్టబడియున్న లోటుకు
రు ౫౦-౦-౦లు.

౧. వల్లభుని గజేంద్రుడు వెయ్యూరు మాళ్ళనుంచి
టేకు పారాలు చెక్కలు ఇరవదుతు ఇవ్వ
గలందులకు నిర్ణయించుకొని ఇచ్చినది రు ౨౦-౦౦
౧. మండవల్లి సుబ్బన్న నివేశనం మధ్యలు ఆనకా
పత్రంతోపాటు అసలు రు 20-౦౦లు సదరు
సాక్ష్యులు యిరువు పూజారులు సమక్షముగా
అనుభవించవలసినది.

నేను బాల్యదశలో నే తండ్రిగారు పితామహులు తమ బాలుతాని ఆస్తి నాకు అక్కరకేకుండా విడచిపెట్టుకొని పరమపదించిన కారణంగా నేను స్వతహా ఆస్తి సంపాదించుకొని అనుభవిస్తూ యుండిన్ని నా తమ్ముడయిన రామన్నకు పెండ్లి శోభనము వగయిరాలు నాన్న, నా రెండవ తమ్ముడయిన అప్పన్నకు ఉపనయనము పెళ్లి వగయిరాలున్నూ నా స్వంత సొమ్ములో ఖర్చు చేసి పెద్దవాడై తానుండగా రామన్న అనే తమ్మునికి విద్య చెప్పించి పనిలోకుండా ప్రవేశ పెట్టించి అందు

19

౧. పల్లె భూమి గజేంద్రుడు వెయ్యూరు వాళ్ళనుంచి
తీసుకు పొలాలు చెర్లు ఇరదువుయివ్వ
గలందులకు నిర్ణయించుకొని ఇచ్చినది రు 20-00

౧. మండపల్లి సుబ్బన్న నివేశనం మధ్యయు అనేకా
పత్రం తీసుకొంటు ఏసలు రు 20-00లు సదరు
సాక్ష్యమాలు పుట్టయిలు సమర్థులు గా
అనుభవించవలసినది.

నేను బాల్య దశలో వేదితరు పిల్లలు మహోన్నతి తమ ఆలయంత ఆస్తి నాకు అక్కరలేకుండా విడిచిపెట్టుకొని పయనమౌసినప్పుడు కారణంనేను స్వతహా ఆస్తి సంపాదించుకొని అనుభవిస్తూ యుండినా నా తమ్ముడయిన రామన్నకు పెండ్లి. శోభనము వగయిరాలు నున్న, నా రెండవ తమ్ముడయిన అప్పన్నకు ఉపనయనము పెళ్లి వగయిరాలున్నూ నా స్వంత సాయ్యాలో ముఖ్యమైన చెల్లెలు మేకా సుందరరామన్న అనే తమ్మునికి విద్య చెప్పించి పరలోకముందాం ప్రవేశపెట్టించి అందు

వల్ల వచ్చు జీతము నేను పుచ్చుకొనుచుండా అతని
కిన్ని ఆతని భార్యకున్ను అన్న వస్త్రములు
యిస్తూ వున్నంతలో గృహ [illegible] చేత
అతనిని వేరే వుండవలసినదనిన్ని నేను
స్వంతముగా సంపాదించుకున్న ఆస్తిలో అతని
నిపుత్రము లేదనిన్ని మా నాయనగారు చేసిన
రుణములు నేను తీర్చివేసినాను – గనుక
ఆతను తీర్చవలసిన నిపుత్రము లేదనిన్ని మరియు
నా యొక్క వరలో పిత్రు పితామహార్జితములో
లోను ఆ గ్రామములో వుండే నివేశనస్థలము
నున్ను కూ యిద్దరు ~~[illegible]~~ బాధ్యులలో
నుండే మాన్యములకు నున్న నా భాగము
ఉకర రాలేదనిన్ని ఆతను నున్న యిదివరకు
దేశాంతరము వెళ్ళి [illegible] యున్న చేవన్న
వస్త్రవపత్రము తుపాకి ఉద్యోగములన్ను
చెరిసగము పుచ్చుకోవలసినదనిన్ని నేను
స్వార్జితముగా సంపాదించుకున్న ఆస్తిలో

భాగాలు పంచి పెట్టవలసిన నిమిత్తం తదనన్న
రాబిన్న లూ తెలియచేసినప్పటికి తను సంపా
దించుకున్న ఆస్తికి తనకు భాగాలు రావలెనని
తగాయిదా చేస్తూ వుండే ఆ రోజులకు ఎవరెవ
రు పెద్ద మనుష్యులు చెప్పినట్లు వినుతాని తను
స్వంతయాగా సంపాదించుకున్న ఆస్తికి
తనకు భాగాలు నిమిత్తం లేకుండా మన్ని
నాపేయురు పిల్లా మనోర్జిత వాలాయితు లేక
స్తలం మాన్యములు మాత్రము లాసున్న
తరువు వెళ్లిన అప్పన్న అతనున్ను వర్న్యన పక్షము
న అతనున్ను పంచుతాగలందులకు నిర్ణయం
చు తాని వీనికు పారిత్వత విలయుంచి యిచ్చినాడు.
గనుక అందులని యిత్రయులూంరు వెళ్లి భాగాలు
పంచువలసిన నిమిత్తం లేదు. నేను నున్ను
అతని తెపారిబిట్టు వాసి యిచ్చియుండడమునది.
ని అప్పన్న దేశాంతరయాలు వెళ్లి బసాయిందండు
గనుక నన్ను అతని తెసంలూనాలు వగయిరా

వారసులు లేరుగనుక తనునాన్న నేను పారితోషిక
లా రాజన్నకు అప్పన్నకు వ్రాసియిచ్చిన నివేశన
స్థలం మాన్యములు వగయిరాలలో భాగము
వంతు అతని పెద్దకుమారుడయిన సింగభూపతి
వంతుగాను తతిమ్మా సగము వంతు రాజన్న
పెంచుకున్న కుమారుడయిన రాజశేఖరుడుకు
చెందవలసినది.

13 రఘునాథరెడ్డి వగయిరా గ్రామోద్యోగులు
వుండినవన మిరాశీ లవాజిమాల్ వగయిరా
లున్నా ను స్వాధీనము అయితే మాతృపరి
రాక్షి ... వగయిరాలను స్వాధీనముచే
చే వారలపయి భూభాయిలు కలసి మాంతురా
వలసినది సంపాదించు తాని పొట్టవరసను
అనుభవించవలసినది.

14 యీ ఉభయులకూ వెంకటరత్నం వయస్సు
వచ్చే వయస్సు నా అనంతరం యావత్తు
తుండా వుండే పత్రములను అతని సంరక్షణ

నాణ్యగల విత్తులను గురించి యేమి ఉపయోగాలు
పెళ్లి, నగ విత్తులను గురించి యేమి ప్రతినిత్య
మీ తల్లి గారికి తెలియును గాని, నిర్లక్ష్యము చే
డ మయినది. గనుక దేశ సంరక్షణను
గురించి ఆరోగ్యమైన అనుభవజ్ఞుల కోరము చర్చి
గిస్తూ వుండవలసినది.
17. దేశీయ యువత్వ వయస్సు వచ్చే పర్యంతము
సదరహా మానవుల వల్ల వచ్చే శత్రువుల వల్ల నేమి
మనయింటి వద్ద వుండే కొలువుల వల్ల నేమి బయట
ప్రత్యేకంగా కల్పించే కొలువుల వల్ల నేమి మరియు.
ఆ వులాంఛనంలో వుండే బంగారు నగలు
వల్ల నేమి నాటి ఎవరో వచ్చి బాకీ అన్న
దేశ సాగుబడి వద్ద వల్లను ఏమి కష్టాలు వచ్చే
సాధ్యం వల్ల నిత్య కృత్యాలు నగలు వీరికి
వచ్చిన వే బాధ్యత వహించి జాగ్రత్తగా చూస్తూ వుండ
వలసినది
18. మీరు ఉన్న యింటి పెంపకం రక్షణకు

యుక్త వయస్సు వచ్చిన తరువాత కూడా సమష్టి
గా వుండకుండా వేరే వుండవలెనని తాత్పర్యము
వున్న పత్నీవాతు పయనమైపోయిన స్థిరాస్తి ఏలి
చరయూపత్ర మయిన పాత్ర సామాను వెండి
బంగారము నగయునా వస్తువులు ఏమైనె
సగము వుంచి మూడుతే వలసినది.

౧౨ మానవత్వ మయిన దృష్టిలో చూ
స్తే పుటినుంచి మన సంప్రదాయాలలో వున్నది.
గనుక మాయిల వృద్ధులూ విభాగముల
యొక్క పత్నీవాతు మాయ వృద్ధులు ఆవిడ
మనస్సు వచ్చిన వారి వద్ద వుంటుంది గనుక
ఆవిడను పోషిస్తూ వుండవలసినది.

౧౪. మాయిల ఉభయులూ విభాగములయొక్క
పత్నీవాతు మేనత్తగారి పిన్ని ఉభయుల
లో ఎవరి వద్ద నుంటే వారు పోషిస్తూ వుం
డవలసినది. ఉభయుల వల్ల నూ పోషింప
బడుతున్నాను అని ఆమె తెలిపిన పత్నీవాతు

ఆచారమున జరిగింపవలసినది
ఆశ్రిత పుత్రాపౌత్రస్థులయిన వారికెట్లు
చిన్నప్పటినుండి ఆయా ధర్మ బిడ్డలు చేసిన
డబల్ పడవవల్ల వచ్చే దుర్గ యింటిలు
మరణ్యానంతరమునందు అపవిత్ర నాయ్యాలు
ఉభయులు తెలిసగయిగా అనుభవిస్తూ
యుండవలసినది. మీరు ఉభయులూ తేరు
ఏయప్పత్తి యటు మీరు ఉభయులును
న్యాయ్యముగా పంచుకొనవలసినది.
30. సదరు మాన్యాలు తోట్లు వగయిరాలవల్లనే
సమి సాంతలలో తులాయివ్వవలసిన బాకీలవల్లనే
ఒకవచ్చే దరఖాస్తు సామ్యాలకు జమాబంద్రి
మీరు ఉభయులూ విభాగములయొక్క యెడల
వెంటనే రాత్నములకు సమాధానము చెప్పవలసినది.
రెంటు పర్యంతము నవుద్రయము చేసినదినము
లలో ఆ జవాబుదారి నేయుందే పుంటుంది.
వెంటనే రాత్నములకు ఉపనయనము నవు చేసే

పత్నీలుకు తగు మాత్రము త్ర్యంబకేసి
చెయ్య వలసినది

17. మా శ్రీ వెంకటరత్నము విశాలాక్షమ్మ వారి
అయిన నా పుత్రికి పత్నీలుకు ఇదివరలో
నా తల్లిగారి వద్దనుంచి వున్న [illegible] భూషణ నగలలో
రు 5000/- లు విలువగల నగలు శ్రీ వెంకటేశ్వర
[illegible] భార్యకు [illegible] తలిపుత్రిక [illegible]
వస్త్రములు మా తల్లిగారు [illegible] వస్త్రములు
కు నుంచి ఇంచవలసినది. ఆమె తదనంతర
వారిదు సదర వస్త్రములలో ఆవిడ [illegible]
[illegible] శ్రీ [illegible] ఇద్దరును 2
[illegible] అయిన వెంకటేశ్వర [illegible]
[illegible] ముగ్గురు [illegible] వల
సినది. ఇది నా సంపూర్ణ ఇష్టపూర్వకముగా
వ్రాసిన [illegible]
సం. [illegible]

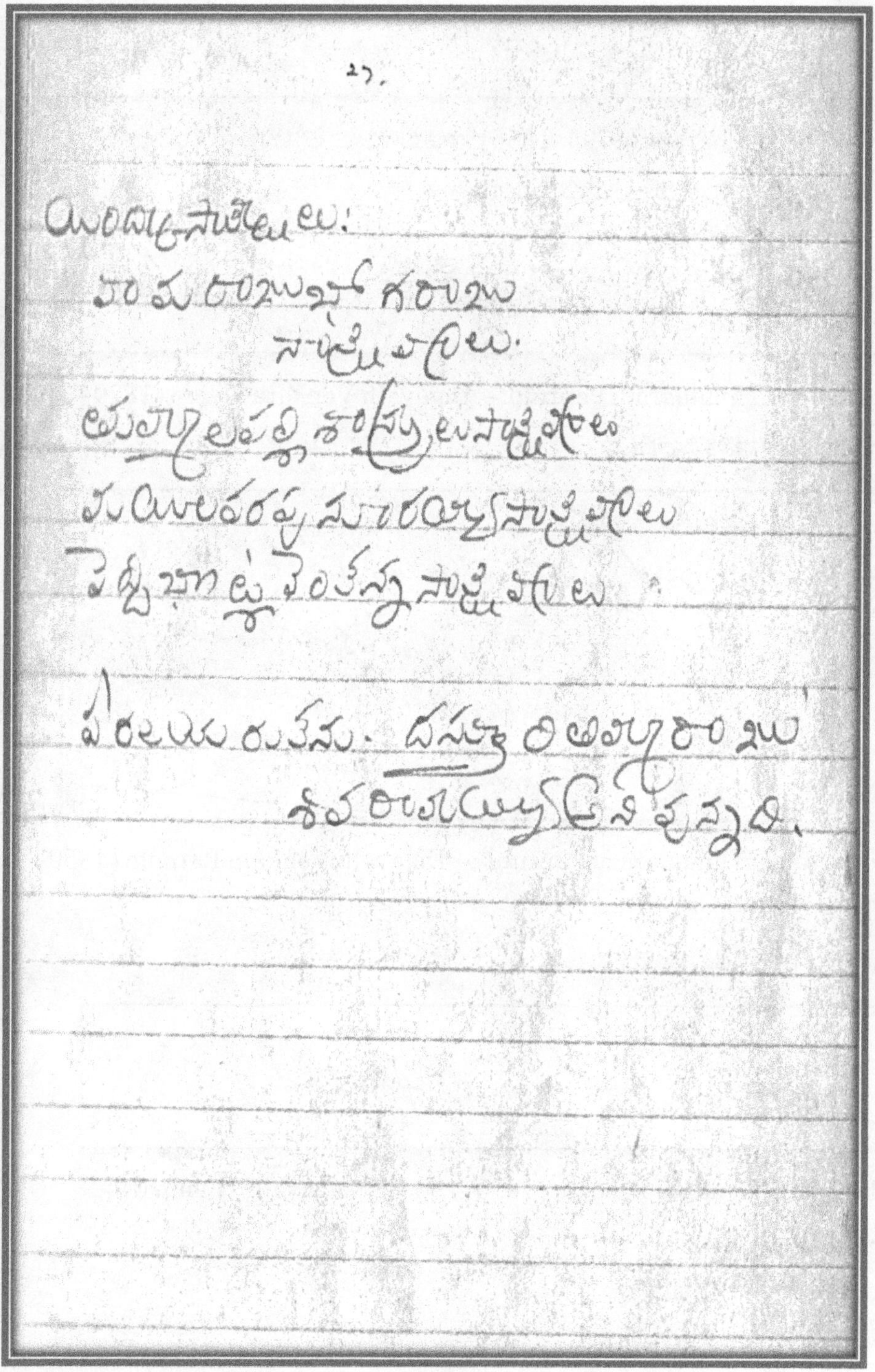

27.

యిందుకు సాక్షులు:

[illegible] సాక్షి వ్రాలు.

[illegible] శాస్త్రులు సాక్షి వ్రాలు

[illegible] సాక్షి వ్రాలు

పెద్దిభొట్ల వెంకన్న సాక్షి వ్రాలు

[illegible] దస్కత్తు [illegible]
[illegible] వున్నది.

నాలుగు తరాల దిగవల్లి వారి చేతివ్రాత, వారి దస్కత్తులు

Digavalli Thimmarazu (1794-1856) రాజమండ్రీజిల్లాలో హుజూర్ శిరస్తాదారు ,

పిఠాపురం సంస్తానానికి కోర్టు ఆఫ్ వార్డు మేనేజరు

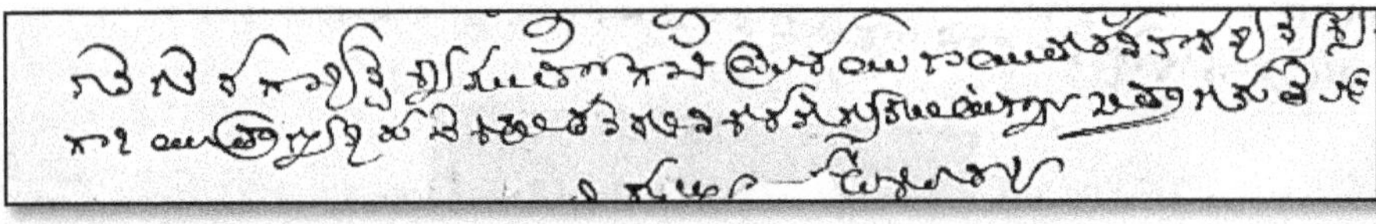

Eldest son of Thimmaraju Pantulu:- Digavalli Venkata Sivaro (1829-1890)

పిఠాపురం సంస్థానానికి దివాను .

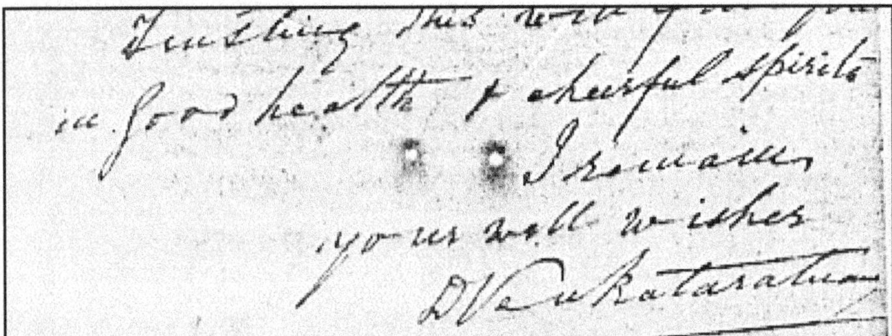

in good health & cheerful spirits
I remain
yours well wishes
D Venkataratnam

Second son of Thimmarazu Pantulu :- Digavalli Venkata Ratnam (1850-1908)

కొవ్వూరులో తాశీల్దారు, సబు మేజిస్ట్రేటు

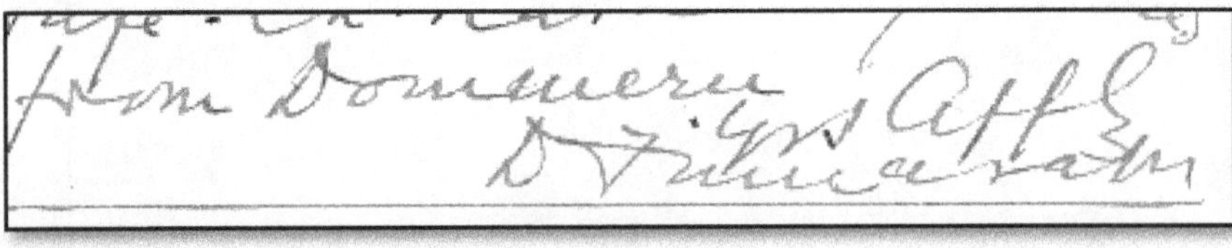

Eldest son of Venkata Ratnam (1850-1908):- Digavalli Thimmaraju (1870-1936) B.A

వుయ్యూరు సంస్థానానికి దివాను

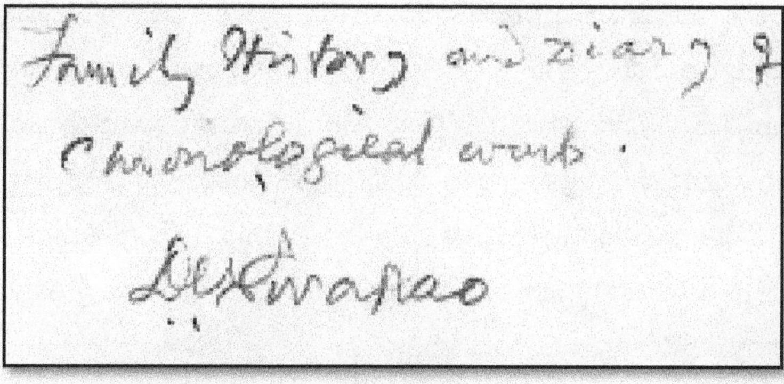

Family History and Diary of Chronological events.

D.V.Sivarao

Second son of Venktakta Ratnam (1850-1908):- Digavalli Venkata Siva Rao(1898-1992)B.A., B.L (Advocate) విజయవాడ.

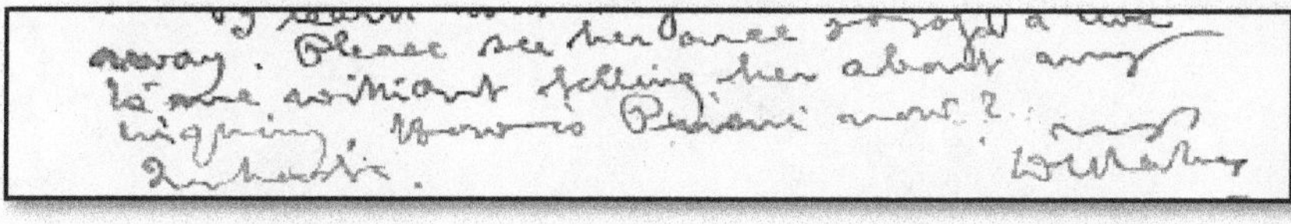

away. Please see her once ... without telling her about any ...

Eldest son of Thimmaraju (1870-1936):- Digavalli Venkata Ratnam (1899-1966 Eluru) M.A., B.L Practiced Law in Madras High Court in the Chambers of Alladi KrishnaSwami Iyer

శ్రీ భీమేశ్వరాలయంలోని శిలాశాసనముల శుద్ధ ప్రతి

కాకినాడ లో శ్రీ భీమేశ్వరస్వామి ఆలయంలోని శిలాశాసనములు

మొదటి శిలాశాసనము 8-10-1828

శ్రీమదఖిల జగజ్జేగియ్య మాన శ్రీమత్రిపుర సుందరీ సమేతులైన శ్రీ కాకినాడలో వెంచేసియున్న శ్రీ భీమేశ్వర స్వామి వార్కి శాలివాహన శకాబ్దములు 1750 అగునేటి వర్తమాన వ్యవహారిక చంద్ర మాన సర్వధారి నామ సంవత్సర ఆశ్వయుజ శు ౧౦ స్థిర వారమ్ను కౌండిన్యగోత్రోత్భవుండైన వెంకయ్య యొక్క పౌత్రుండును రామలింగము యొక్క పుత్రుండుఅయిన తిమ్మరాజుకట్టించి యచ్చిన శిలామయ మంటపము. శ్రీ శ్రీ శ్రీ

రెండవ శిలాశాసనము 15-3-1831

శ్రీమదఖిల జగజ్జేగియ్య మాన శ్రీమత్రిపుర సుందరీ సమేతులైన శ్రీ కాకినాడలో వెంచేసియున్న శ్రీ భీమేశ్వర స్వామి వార్కి శాలివాహన శకాబ్దములు 1753 అగునేటి వర్తమాన వ్యవహారిక చంద్ర మాన ఖర నామ సంవత్సర చయిత్ర శు ౧ జయవారము శ్రీ మత్కౌండిన్య గోత్రోద్భవుండు నాపస్తబ సూత్రుండును శ్రీ దిగవల్లి కులాంబుధి సధాకరుడ నాగువమ్మాయాఖ్య ధర్మపత్నిసమేత వెంకయ్య మాత్ పౌత్రుండు సీతమ్మాఖ్య ధర్మ పత్నీ సమేత కామలింగ పుత్రుండును సకల బుధవిధేయుండును నగు తిమ్మరాజు నామధేయుండు శ్రీమచ్చాశ్వత స్థితి యోగ్య శిలా చయ శ్రీముఖ్యాలయ శ్రీ మజ్జగజన్యాలయ శ్రీ తళ్యాణ మండప శ్రీగోపుర ప్రాకారాదులు నిర్మాణము చేయించి సమర్పించెను

శ్రీ సాంబశివార్పణమస్తు

Wills are unknown to Hindu Law. Regulation V of1829 says that Will of a Hindu must be in conformity with Hindu Law

అనుబంధం – I

1855 నాటి ఉద్యోగులు

తిమ్మరాజు పంతులు గారు ఆక్టింగు హుజూర్ శిరస్తాదారు గాను, పిఠాపురం ఎస్టేటు కోర్టు ఆఫ్ వార్డ్సు మేనేజరు గాను రెండు ఉద్యోగాలు నిర్వహిస్తు 1855 సం. ఉద్యోగం చాలించుకుని ఉపకారవేతనము పొందారు. ఆ కాలం లో నియ్యోగి పంతులు గారికీ గొప్ప పదవులు లభించడమే ఆశ్చర్యకరమైన విషయము. అప్పట్లో మద్రాసు రాజధానిలోని అన్ని జిల్లాలో ను దేశస్థమాధ్వ వేపారి పంతుళ్ళు శిరస్తాదారు మొదలైన పెద్ద ఉద్యోగాలన్నీ ఆక్రమించి ఇతర శాఖలవారిని రానిచ్చేవారు కారు. ఈ వేపారి పంతుళ్లు వారి తో సంబంధ బాంధవ్యాలు చేసిన కరణ కమ్మ గోల్కొండ వేపారి పంతుళ్లు ఒక కట్టు గానుండే వారు. చాలామంది తాశిల్దారులు కూడా ఆ శాఖవారే. అమలుదారులు, ఠాణేదారులు వారే. కొద్ది మంది మాత్రం ఇతర శాఖలవారుండేవారు.

Report of the Commissioner for the revision of salaries and Establishments by Henry Ricketts, Calcutta. Bengal Harbour press 6 vol (1858) అనే పుస్తకములో 1855 సం. 23 జులైనెల నాటికి గల ఉద్యోగుల వివిరాలు వల్ల ఈ క్రింది సంగతులు తెలుస్తున్నవి.

కులము	హెడ్ శిరస్తాదారు	నాయబు శిరస్తాదారు	తాశిల్దారు	మొత్తం
మహారాష్ట్ర దేశస్త వేపారి బ్రాహ్మణులు	17	20	117	154
ఇతర శాఖల బ్రాహ్మణులు	2	13	68	83
ఇతర కులాల హిందూవులు	2	3	45	50
నేటివు క్రైస్తవులు	0	2	3	5
ముసల్మానులు	0	0	13	13
యూరోప్యన్లు	0	0	0	0
మొత్తం సంఖ్య	21	38	245	305

Freikenberg Guntur District p77

అనుబంధము – 2

జిల్లా కలెక్టరు చేతిక్రింద 1850 నాటి ఉద్యోగ వర్గము

హుజూరు కచేరీ

A. (Secretariate) శిరస్తాఖాన

I	శిరస్తా డిపార్టుమెంటు నేటివు అకౌంటెంట్లు	నెల జీతము స్కేలు. రూ
1	హుజూరు శిరస్తాదారు	రూ 210-300
2	నాయబు శిరస్తాదారు	120–175
3	అసిస్టెంటు శిరస్తాదారు	100–120
4	హెడ్ గుమాస్తా	70–100
5	మదద్గారులు(సహాయోద్యోగులు) 6 లేక 7 గురు	20–40
6	ముచ్చీలు	12–15

II	మునిషీ డిపార్టుమెంటు(నేటివ్ కరెస్పాంండెంట్సు)	
1	హెడ్ జవాబు న వీసు లేక మునిషీ	రూ 70–85
2	అసిస్టెంటు జవాబునవీసి ఒకరిద్దరు	21–70
3	మద ద్గారులు 3 లేక 4	14–70
4	అసిస్టెంటు మదద్గారులు ఒక రిద్దరు	5–7

III	ఇంగ్లీషు డిపార్టుమెంటు (అకౌంట్లు, కరెస్పాండెన్సు)	
1	హెడ్ ఇంగ్లీషు అకౌంటెంటు	రూ 100
2	హెడ్ ఇంగ్లీషు రైటరు	70
3	ఇంగ్లీషు ట్రాన్సులేటర్	70
4	డెప్యూటీ అంకౌంటెంటు	60
5	డిప్యూడి రైటరు	40
6	రైటర్లు 5లేక 6	10–20
7	వాలంటీరులు (జీతం లేని ఉమ్మేదారువారుల కొంతమంది)	

IV	ట్రెజరీ డిపార్టుమెంటు (ఖజానా)	
1	క్యాష్ కీపరు	80-100
2	అసిస్టెంటు క్యాష్ కీపరు	28
3	హెడ్ షరాబు	40
4	అసిస్టెంటు షరాబు	14
5	గుమాస్తాలు ఇద్దరు ముగ్గురు	10-20

V	రికార్డు ఆఫీసరు– దఫ్తార్ ఖానా	
1	ఇంగ్లీషు రికార్డు కీపరు దఫ్తార్ గార్	35
2	నేటివ్ రికార్డు కీపరు	30
3	గుమాస్తాలు ఇద్దరు	15-20
4	దఫ్తార్ బంద్ లు ఇద్దరు(రికార్డు ఆఫీసు గార్డులు)	7-10
5	వాలంటీరు అసిస్టెంటులు ఇద్దరు	

VI	సాదరా వారుదు డిపార్టుమెంటు ◐ ◐ సాదర్వార్ద్ అనే పారసీ మాట నుండి. కచేరీలో సిరా కాగితాలు దీపాల నూనె మొదలైన చిల్లర పనులు సరంజాము సరఫరా	
1	జమాదార్లు ముగ్గురు	రూ 10-20
2	ఫ్యాన్సు(బంట్రోత్తులు) 5 లేక 6	1-5
3	దలాయతులు (ఆయుధ పాణులైన బంట్రోత్తులు) 12 మంది గాని హెచ్చుమందిగాని	6-15
4	ముచ్చీలు (బుక్కుబైండర్లు, బాతు, కలములు చెక్కువారు, కాగితములు కోయువారు ఇతర పనులవారు ముగ్గురు	7-17
5	చలివేంద్ర బ్రాహ్మణులు ఇద్దరు ముగ్గురు	9
6	సిరా చేసేవారు ఇద్దరు	7
7	మషాల్గార్లు దీపాలు వెలిగించేవారు 4 గురు	3
8	స్వీపర్లు (ఊడ్చేవారు)	2

B. రివిన్యూ బ్రాంచి

I	ల్యాండు రివిన్యూ	
1	పేష్కారు	రూ35
2	ఇంగ్లీషు రైటరు	30
3	జవాబునవీసులు ఇద్దరు	25-30
4	మదద్గారులు 8 మంది	15-30
5	మున్షీలు ఇద్దరు	7
6	వాలంటీరులు (8 మంది)	

	సాల్టు డిపార్టుమెంటు	
1	పేష్కారు	రూ35
2	ఇంగ్లీషు రైటరు	30
3	జవాబు నవీసుసు ఇద్దరు	25-30
4	మదద్గారులు ఇద్దరు	20-30
5	మున్షీలు ఇద్దరు	7
6	వాలంటీరులు (8 మంది)	

	సాయరు (సుంకములు,**Inland Customs** డిపార్టుమెంటు	
1	పేష్కారు	35
2	మదద్గారులు ఇద్దరు	12-20
3	జవాబు నవీసులు ఇద్దరు	10-15
	మోతర్పా వృత్తి పన్ను ఇళ్ల పన్నుల డిపార్టుమెంటు	
1	మదద్గారులు ఇద్దరు	12-20
2	జవాబు నవీసులు	10
	అబ్కారీ సారా నల్లమందు ఎక్సైజు డిపార్టుమెంటు	
1	మదద్గారులు ఇద్దరు	12-20
2	జవాబు నవీసులు	7-10

	సీ కస్టమ్సు డిపార్టుమెంటు	
1	మదద్గారు	12-14
2	స్టాంపుల డిపార్టుమెంటు	
3	మదద్గారు	12
4	సంఙ్రీ(సంకీర) డిపార్టుమెంటు	
5	మదద్గారు	12

	మేజస్ట్రేటు బ్రాంచి	
	సెక్రటేరియేట్ సెక్షన్	
1	మేనేజరు	70
2	ఇంగ్లీషు రైటరు	35
3	జవాబు నవీసు మున్షీలు 6 లేక హెచ్చు మంది	14-31
4	పఖాలీ (నీటి సరఫరా)	12
5	సిరాచేసేవాడు	4
6	ముషార్ఫీ (దీపాల సెక్షన్)	4
	Enforcement అమలు సెక్షన్	
1	సర్దారు	20
2	హవల్దారులు ఇద్దరు	10
3	నాయకులు ఇద్దరు	7
4	ప్యూన్ను (జవానులు) 30 -40 మంది	5
	గార్డు సెక్షన్	
1	డఫేదారు	10
2	దలాయితులు 12-15	6-7
3	ప్యూన్సు 20-30	5
	జైలు సెక్షన్	
1	జైలరు	14
2	లాన్సు నాయక్	7
3	ప్యూన్సు 23-34	8
	ప్రమాణం (Oaths) చేయించేవారు సెక్షన్	
1	బ్రాహ్మణ శాస్త్రి	10
2	ముల్లా	10
3	జలగము	7

జనరల్ బ్రాంచి కలెక్టరు అధికారాలు పెరిగిన కొద్దీ ఈ శాఖ అభివృద్ధి యైనది

1. మరమత్తుల శాఖ

2. జిల్లా తపాల డాకు తపాలా శాఖ

3. హెల్తు డిపార్టుమెంటు డ్రైవర్లు ఆస్పత్రి అసిస్టెంట్లు వాక్సినేటరులు

Ghaibtur or Field Organization (*this appears to be some outstation లో ఉద్యోగివర్గము)*

హుజూరు కచేరీలో గాక జిల్లాలో ఇతర ప్రాంతాలో outstation హుజూరు చేతి కింది ఉద్యోగవర్గము

I	తాశిల్దారీ బ్రాంచి	
1	రివిన్యూ అమీను పోలీసు అధికారాలతో (అమలుదారులు)	60-100
2	నాయబు అమీను	30-50
3	శిరస్తాదారు	14-35
	ష.రా పై మూడు ఉద్యోగములు ఒక్కరికే ఇవ్వవచ్చును	
4	పేష్కారు	20-30
5	హెడ్ మదాద్గారు	12-17
6	మదద్గారులు ఇద్దరు లేక కముగ్గురు	10-12
7	జవాబు నవీసులు ఇద్దరు, ముగ్గురు	7-10
8	మషాల్గారు మషాల్చీ	3
9	స్వీపరులు	2

	ఠాణా బ్రాంచి	
1	పోలీసు అమీను	40-100
2	మదద్గారు	10-15
3	దమాగాపు	10
4	హవల్దారు	7
5	నాయక్	5
6	ప్యూన్సు 30 లేక హెచ్చు మంది	
7	గార్డు డిఫెండరు	7
8	గార్డు ప్యూన్సు 30 లేక హెచ్చు మంది	4

	సాల్టు బ్రాంచి	
1	వాల్టు దారోగా	40-60
2	పేష్కారు	20-30
3	గుమాస్తా	15-20
4	మదద్గారు	12-14
5	నవీసిద్దాస్ జవాబు నవీసు లేక మునిషి ఇద్దరు	10-12
6	షరాబులు ఇద్దరు లేక హెచ్చుమంది	10-14
7	కొలగాండ్రు ఇద్దరు లేక హెచ్చు మంది	5-7
8	డఫేదారులు ఇద్దరు లే హెచ్చుమంది	7-15
9	ప్యూన్సు (జవానులు) 30 లేక హెచ్చు మంది	5
10	మషాల్చీ	5
11	కారీమరక్కాలల్ లు ముగ్గురు	2

	మసుతు చావడి సాయరు చౌకిలు	
	సముతు దారు సిబ్బంది	
1	సముద్దారు	10-14
2	గుమాస్తా	7
3	పైగస్తి (ఓవరసీర్)	5
4	మున్షీ	5
5	ప్యూన్సు ఇద్దరు ముగ్గురు	4
	సాయర్ చౌకి	
1	గుమాస్తా	8
2	ప్యూన్సు 4లేక 6 మంది	4

సాయరు చౌకిలు చాల చోట్ల వుండేవి. గుంటూరు జిల్లాలో 46 వుండేవి. ప్రతి చౌకీలోను నెలకు పది పన్నెండ్రేండు రూపాయల జీతంగల చౌకీదారులు రు. 7 జీతంగల గుమాస్తాలు, రు. 5 ల జీతం

గల గుమాస్తాలు రు. 4 ల జీతం గల బంట్రోత్తులు వుండేవారు. వచ్చిపోయే ప్రతి బండి వాని, కావటివాడిని ఆపి సోదా చేసి సుంకం వసూలు చేసేవారు. అందువల్ల రాక పోకలు రవాణాలు ఆగిపోయి వ్యాపారస్థు లక్కడ పడివుండవలసి వచ్చేది. మనుష్యులకు పశువులకు ఆహారాలాను అక్కడ నిల్వవుండడానికి ఇతర ఏర్పాట్లతో చౌకీ ఒక చిన్న బస్తీ గా నుండేది. ఈ సందర్భములో అనేక సరుకులపైన సుంకాలు వసూలు చేసేవారు. సర్కారు నౌకరులు చాలా లంచాలు పుచ్చుకునేవారు దీనివల్ల ప్రజల బాధపడేవారు. దీనిని గూర్చి పై అధికారులకు మొరపెట్టుకోగా సుంకాలు విధించతగిన సరుకుల సంఖ్యను తగ్గించారు. జిల్లాలో 1837 సం. లో 36 రకాలకు తగ్గించారు. సాయరు సంఖ్యకూడా తగ్గించారు దీనివల్ల లాభంపోందే నౌకరులు ఉద్యోగులు దీనికి తమ అసమ్మతి తెల్పుతూ పైవారికి అర్జీలిచ్చుకున్నారు. దీనివల్ల లాభం వుండే చిల్లర వృత్తులవారు వారికి మద్దతు చేశారు.

అన్ని జిల్లాలలోను అవినీతి పెరిగినది. చివరకు1844 సం. లో ఈ సాయరు చౌకీలను తీసివేశారు. దానికొక రెగ్యులేషన్ చేశారు.

మొతర్ఫా పన్ను అనేది సరుకులు తయారుచేసేవృత్తులవారి పైన వానిని అమ్ముకునే వారి పైన నూలు మగ్గాలపైన కూలీల పైన చేతిపనివాళ్ల పైన గొఱ్ఱెల కాపరులపైన కంసాలి దుకాణాలపైన, కంవరులపైన, కమ్మరుల పైన వడ్రంగులపైన విధించేవారు. కులవృత్తులవారి పనిముట్లపైన కూడా విధించేవారు. ఈ మొతర్ఫా పన్ను ప్రజలపైన మహమ్మదీయులు వేసిన తలపన్నులు మాదిరిగానుండేది. ఈ పన్ను వసూలు చేసె ఉద్యోగులు నౌకరులు చాలా దౌర్జన్యము చేసేవారు. ఇళ్లలో జొరబడి జప్తులు చేసేవారు. 1816 సం. లో పోలీసు అధికారులు రావడంతో ఇంకా దుర్మార్గాలు జరిపేవారు. దీనిని గురించి ఎంత మొరపెట్టుకున్నా 1853 సం. వరకూ మన రాజధానిలో దీనిని తీసివేయలేదు.

అనుబంధము III

మద్రాసు రాజధాని

మద్రాసు రాజధాని వైశాల్యమొక లక్షా నలుబది వేలు చదరపు మైళ్లు. మొత్తం జనసంఖ్య రెండు కోట్ల ఇరవై లక్షలు. 1854 నాటికి రాజధానిలో 20 జిల్లాలుండేవి. ఒక్కొక జిల్లా వైశాల్యము దామాషాగా ఏడువేల చదరపు మైళ్లు. బళ్లారి కడపజిల్లాలు మాత్రం ఒక్కొకటి 12000 చదరపు మైళ్లు. జిల్లాల జనసంఖ్య దామాషాగా 11 లక్షలు. ఒక్కక జిల్లాలో 14లేక 16తాలూకాలుండేవి. ఒక్కొక తాలూకా వైశాల్యము 300లేక 500లేక 1000 చదరపు మైళ్లు కూడా ఉండేది. ఒక్కొక తాలూకా

లో 200 లగాయతు 500 గ్రామాలుండేవి. వీనిలో 500 మొదలు 2000 పొలాలుడేవి. ఒక్కొక తాలూకాకొక తాశిల్దారు క్రిందనుండేవి. జిల్లాకంత కు ముఖ్యాధికారి కలెక్టరు . ఇతని క్రింద ఆంగ్లేయోద్యోగులలో జిల్లాకు నాలుగవ వంతు సంపూర్ణాధికారియైన సబుకలెక్టరలను తరువాత నియమించారు. ఆరు లేక పది సంవత్సరాలు ఉద్యోగానుభవం గల హెడ్ అసిస్టెంటు ఒకడు. కొత్తగా దేశానికి వచ్చి ఏమీ తలియని ఒకలిద్దరు జూనియరు అసిస్టెంటులు ను వేశారు.

ఒకొక్క గ్రామంలో నుండే మామూలు కరణ మునసబులుండేవారు (వెట్టి) వగైరా గ్రామోద్యోగులే గాక ఒక్కొక కలెక్టరు క్రింద జిల్లా మొత్తము మీద రివిన్యూశాఖలో 2500 మంది వరకు నేటివు లేక దేశీయోద్యుగులుండేవారు. వారికి చాలా కొద్ది జీతాలుండేవి, వీరు మామూళ్లనే పేరుతో లంచాలు పుచ్చునేవారు.

హుజూరు కలెక్టరు పెద్ద జీతం కలిగి మంచిగానున్నప్పటికీ అతని క్రింది ఉద్యోగులందరు లంచగొండులై గ్రామాలలో జులుముచేసేవారు. మొదట తాశిల్దారుకు, కలెక్టరుకు పోలీసు మేజిస్ట్రేటు అధికారాలు లేవు అవి జల్లా జడ్జికి క్రిందనుండేవి. 1816 సం. లో కలెక్టరుకు అతనిక్రింద తాశిల్దారులకు ఈ ఆధికారానివ్వడంతో రివిన్యూ పరిపాలనలో నిరంకుశత్వము, అన్యాయము ప్రబలినది.

అనుబంధము IV

కంపెనీ సర్కారు –దేశీయోద్యోగుల లంచాలు మామూళ్లు

మద్రాసు రాజధానిలో ఇంగ్లీషు వర్తక కంపెనీ ప్రభుత్వపరిపాలన కట్టుదిట్ట పరచడానికి వ్యక్తుల స్వాతంత్రాలకు ఆస్తి హక్కులకు ప్రభుత్వాధికారాలకు సంబంధించిన శాసనాలను మద్రాసులోని గవర్నరు, ఆయన సలహాసంఘము 1802 సం.ము నుండీ రెగ్యలేష్యను లనే శాసనాలను చేయడం ప్రారంభించారు. అయితే పూర్వం మహమ్మదీయ ప్రభుత్వకాలం నుండీ వస్తూవున్న ఆచారాలు ఒక్కసారిగా మారలేదు. క్రమక్రమంగా క్రమ పరిపాలన ఏర్పడినది. పూర్వనుంచీ మనదేశం లో సర్కారు ఉద్యోగులు ముఖ్యంగా రైతుల భూములు అమరకం చేసి సిస్తులు నిర్ణయించి వసూలు చేసే ఉద్యోగులు కట్నాలు కానుకలు లంచాలు పుచ్చుకోవడం మామూలుగా నేనున్నది. కంపెనీ ప్రభుత్వకాలం లో కూడా ఇది చాలా కాలం సాగినది π. లంచాలు పుచ్చుకున్న దేశీయోద్యోగులను శిక్షించడానికి 1822 సం. లో IX రెగ్యులేషన్ అనే శాసనము చేశారు. దీని క్రింద కొందరిపైన లంచాల కేసు పెట్టడం జరిగింది. గాని చాలాకేసులు రుజువు కాలేదు. లంచాలు పుచ్చుకునేవారు ఇతరులు చూస్తూ వుండగా డబ్బు పుచ్చుకోరు

గదా! సాధారణంగా లంచమిచ్చిన రైతుకు ఫిర్యాదు చేసే ధైర్యంవుండదు. ఆదుర్దా కొద్ది లంచమిచ్చి పని గాక పోతే రైతు ఫిర్యాదు చేస్తాడు. నేను తనకు సహాయం చేయ్యలేదని కోపంతో అబద్ధపు ఫిర్యాదు చేశారని ఉద్యోగి అంటాడు. పైగా జిల్లాలో శిరస్తాదారులు తాశీల్దారులు మొదలైన పెద్ద రివిన్యూ ఉద్యోగులందరు బ్రాహ్మణులే. ముఖ్యంగా మహారాష్ట్ర దేశస్థ వేపారి బాహ్మణులు. వారందరూ ఒక కట్టు గానుటారు. వారి బంధువర్గం వారైన కరణ కమ్మ వేపారులు పైన గోల్కొండ వేపారులపైన ఈగ వాలనియ్యరు. నియ్యోగులు మొదలైన ఇతర శాఖల బాహ్మణులు కొద్ది మంది వారికి లోబడి వుండేవారు. ఎవరైనా ఫిర్యాదు చేయ డానికి వస్తే శిరస్తాదారు దర్శనమిచ్చేవాడు కాదు. బంట్రోత్తుచేత గెంటించేవాడు. అయతే యీ వ్యాపారి బ్రాహ్మణులలో నే కక్షలు ఏర్పడి ఒకరి మీద ఒరు చాడీలు చేప్పేటప్పుడు మాత్రం ఇలాటివి బయటపడేవి. అప్పుడు కొందరిని బర్తరఫ్ చేయడం జరిగేది. క్రీ.శ. 1800 వ సం. మొదలు 1807వ సంవత్సరం వరకూ దత్తమండలాలో కమీషనర్ గా పనిచేసి ప్రజల గౌరావానికి పాత్రుడై 1820 సంవత్సరము లో మద్రాసు గవర్నరైన సర్ తామస్ మన్రో గారు "గత ఏడు సంవత్సారాలలో ముఖ్య డివిజనుల లోను జిల్లాలలోను తనక్రింద పని చేసిన నూరు మంది దేశేయేద్యోగులలో ప్రత్యక్షం గా గాని పరోక్షంగాగాని అవినీతి పరులైనట్లు రుజువుకాని వారు అయిదారుగురు కన్నా లేరని వ్రాశాడు. కొందరిని అవినీతిపరులని తీసివేస్తే క్రొత్తగా నియమిచిన వారూ అలాంటి వారే వుతారని కూడా ఆయన అన్నాడు.

సత్యము ధర్మము తప్పి చరించడము మహా పాతకమని నమ్మే తాశీల్దారులు కూడా గ్రామస్థులు తమంతట తాము తెచ్చి ఇచ్చేకట్నాలు కానుకలు బహు మతులు పుచ్చుకోడం తప్పుగా ఎంచరని తాశీల్దారు తమ గ్రామానికి వచ్చినప్పుడు గ్రామాధికారులు బహుమతిగా సమర్పించే మితమైన మొత్తాలు పుచ్చుకోవడం తప్పుగా ఎంచరని మన్రో మొదలైన అనుభవజ్ఞులు అన్నారు. ఇచ్చిన ది పుచ్చుకుని ఇంకా తెమ్మని బాధించకుండా త్వరగా పని చేసి వంపించే ఉద్యోగి చాలా మంచి వాడని ధర్మారాజని దేశంలో ని రైతులు మెచ్చు కునేవారు. రైతులవల్ల లంచాలు మామూళ్లు పుచ్చుకోడానికి ఈ దేశంలో మొదటి నుండీ చాలా అవకాశాలుడేవి. మనదేశం లో "ఆసరా, వీసబడి" అనే రెండు రకాలు అమరకపద్ధతులండేవి మహమ్మదీయుల కాలంలో పండిన పంటలే మూడవవంతు రాజ భాగంగా వసూలు చేసేవారు. ఇంగ్లీషు కంపెనీ వారి కాలం లో పంటను అంచనా వేసి రొక్కముగా మార్చి శిస్తులు వసూలూ చేసేవారు. అందువల్ల భూముల అమరకంలో శిస్తు నిర్ణయం లో వసూలు లో పంట అంచనా వేసి రొక్కము గా మార్చి శిస్తులు వసూలు చేసేవారు. అందువల్ల భూముల అమరకం లో శిస్తుల నిర్ణయం లో వసూలులో పంట అంచనా చాలా ముఖ్యమైనది. మహమ్మదీయుల కాలం లో భూముల అమరకం శిస్తుల నిర్ణయం, వసూలు, లెక్కలనిమ్మిత్మము దేశపాండ్యా, మజుందారు మొదలైన ఉద్యోగులుండేవారు. కంపెనీ ప్రభుత్వములో పాతఉద్యోగుల ద్వరా కొంతకాలం పని జరిగించి తరువాత 1802 సం. లో వారిని తొలగించి కలెక్టరు

క్రింద రివిన్యూ ఉద్యోగుల పరిపాలనా విధానం స్థాపించారు. జిల్లాకలెక్టరు అయన క్రింద శిరస్తాదారుకు ఆయన క్రింద పని చేసే వుద్యోగులను హుజూరు కచేరీ ఉద్యోగులనేవారు. జిల్లా కలెక్టరు అధికారం క్రింద గల వివిధ తాలూకాలలోని తాశీల్దారులు వారి కచేరీ వుద్యోగులూ వుండే వారు. తాలూకాలో సముతదారులు వుండెవారు. గ్రామంలో రైతుల భూముల అమరకం లెక్కలు తాశిల్దారు అధికారం క్రింద కరణాలు తయారు చేసేవారు. మామూలు సాగుబడి పంటలు సముతద్దారు వగైరా హుజూరు అధికారులు తనిఖీ చేసే వారు. ప్రతి యేట అమరకం లెక్కలను కలెక్టరు హుజూరు జిల్లా కచేరి ఉద్యోగులతో వచ్చి తాలూకా ల వారీగా జమాబందీ జరిపించే వారు. అతీవృష్టి, అనావృష్టి, దోపిళ్లు మొదలైన దైవిక, రాజకీయాల వల్ల కలిగే పంట నష్టము, తరుగు మొదలైన వాని గురించి తాశీల్దారు సిఫారసు చేస్తే కలెక్టరు హుజూరు అధికారులు మినహాయిపులు చేసి రెమిషన్లు నివ్వవచ్చును. అందువల్ల రైతులకు ఉపకారం చేయ్యడానికి, అపకారం చేయ్యడానికి తాశీల్దారు మొదలైన రివిన్యు వుద్యోగులందరికి అవకాశాలుండేది. ఈ కారణంవల్ల తమకు ఉపకారం చేస్తారమో ఆని ఆశతో రైతులు తాశీల్దారు కు ఇతర ఉదోగులకు ప్రతి యేటా ముడుపుల చెల్లించడం మామాలైపోయింది.

రైతులవల్ల ప్రతిసారి దేశీయోద్యోగులు పుచ్చుకనే మామూళ్లు లంచాలు అనేక విధానాలైన చిత్రవిచిత్రాలుగా నుడేవి. ఈ లంచాలు గురించీ, అక్రమాలను గుర్చి 1852 సం. మార్చి 2 వ తేదీ గల ఆకాశ రామన్న అర్జీ ఒకటి విశాఖపట్నం నుంచి మద్రాసు గవర్నరుకు రాగా అప్పట్లో ప్రభుత్వ ప్లీడరు గా తరువాత అడ్వకేటు జనరలు గా పనిచేసేన జాన్ బ్రూస్ నార్టన్ అనే దొర తాను ఇంగ్లండులో కంపెనీ అధికారులైన బోర్డు ఆఫ్ కంట్రోలు సెక్రటరీకి మద్రాసు రాజధాని ఆర్ధిక రాజకీయ పరిస్థతులను గూర్చి లేఖారూపంగా వ్రాసి 1854 సం. లో ప్రకటించిన ఉద్గంధ్రంలో నుదాహరించాడు.

కంపెనీ ప్రభుత్వారంభకాలంలో చాలామంది దొరలపైన లంచాలు పుచ్చుకున్నందుకు విచారణ జరిపి కొందరి ని బర్తరఫు చేశారు.

Ω Condition and Requirement of Madras Presidency . John Brown Norton (1854) pp 146-151

అకాశరామన్న అర్జీలోని వివరాలు

1. ప్రతి తాశీల్దారు ప్రతిఏటా ఒక్కక్క రైతుదగ్గరనుంచి నూటికి 10 రు. వసూలు చేస్తాడు దానిని హుజూరు శిరస్తాదారు తక్కిన రివిన్యూ వుద్యోగలూ పంచుకుంటారు.

2. రైతులకు సర్కారు వారిచ్చే తక్కావి ఋణమొత్తం లో నూటికి 25 రూపాయలు మినహాయించి యిచ్చి తాశీల్దారు పూర్తిగ మొత్తానికి రశీదులు పుచ్చుకుంటాడు. రైతులాబాకీ తిరిగి చెల్లించే టప్పుడు పూర్తి మొత్తాలు వసూలు చేస్తాడు.

3. వర్షాలు కురిసినా కురవక పోయనా శిరస్తాదారు దుస్సలహాతో తాశీల్దారు ప్రతి రైతు వల్ల పూర్తి భూమి పన్ను (శిస్తు) వసూలు చేస్తాడు. పూర్తి శిస్తు వసూలు కాలేదని శిరస్తాదారు కలెక్టరు కు నచ్చచెప్పి ఆసొమ్ము అపహరిస్తాడు.

4. వసూలు చేసిన పూర్తి శిస్తుకు రసీదు నివ్వడంలో 'కొరత' అని రసీదు ఇస్తాడు పూర్తి మొత్తానికి రసీదు ఇమ్మని ఎవరైనా ధైర్యంచేసి అడుగుతే అసలే ఇవ్వలేదని మళ్లీ పూర్తి మొత్తం తెమ్మంటాడు. ఈ అన్యాయం శిరస్తాదారుకు చెప్పుకుంటే వినిపించుకోడు.

5. తాలూకా అంతా బాగా పండినా కొన్ని గ్రామాలు పండలేదని తాశీల్దారు కలెక్టరుకు రిపోర్టుచేస్తాడు. అంతట తనిఖీ చేయమని కలెక్టరు హుజూరు వుద్యోగులను పంపుతాడు. వారూ, తాశీల్దారు, తాబేదార్లు బ్రాహ్మణులే గనుక అందరూ ఏకమై ప్రతి రైతుదగ్గర రెండు మూడు రూపాయల చొప్పున లంచం పుచ్చుకుంటారు. ఇవ్వని వారి భూమి పంట విషయమై తప్పుడు రిపోర్టు వ్రాస్తామని బెదిరస్తారు.

6. కలెక్టరు సర్కీటుకు బయలు దేరితే తాశీల్దారు గారి నౌకరులుకు జవానులకు బోయీలకు బత్తా సహ బియ్యము, నెయ్యి, కట్టెపుల్లలు అక్రమంగా వసూలు చేస్తాడు . దీని నంతా శిరస్తాదారుకు ఆయన తాబేదారులకు సమర్పిస్తాడు. అందువల్లనే రివిన్యూ ఉద్యోగులు సర్కీటులో సవారీ బోయీలను ఇద్దిరు ముగ్గురు నౌకర్లను వుంచుకో గల్గుతున్నారు. తాలూకా భాగానికి అధికారి యైన సముద్ధారు కూడా గ్రామాలలో సప్లయిలు వసూలు చేస్తూ వుంటాడు.

7. కలెక్టరు తాలూకాలలో జమా బందీ చెయ్యడానికి బయలుదేరినప్పుడు శిరస్తాదారు సలహా తో తాశీల్దారు తన జవానులను అరటి కాయలను గుమ్మడి కాయలు వగైరాలను రైతుల తోటలలో నుంచి తెప్పిస్తాడు. వారింట్లో నుండే పాలు పెరుగు వెన్న తెప్పిస్తాడు. ఇలాగ బలవంతంగా తెప్పించినవాటిని శిరస్తాదారుకు తక్కిన రివిన్యూ వుద్యోగులకు సమర్పిస్తాడు

8. శిరస్తాదారింట్లో గాని తాశీల్దారింట్లో గాని ఇతరవుద్యోగుల ఇండ్లలో గాని ఏదైనా కార్యాలు జరిగితే సమద్దారు కరణమూ బయలుదేరి రైతుల దగ్గరనుచి రొక్కము బియ్యము నెయ్యి ఇతర తినుబండారాలు ప్రోగుచేసి ఆ అధికార్లకు పంపుతారు.

9. ఈ బాధలు పడలేక రైతు లెవరైనా గ్రామాన్ని వదలి పెట్టి పోతే తాశీల్దారు వారి భూములను బంజర్లుగా లెక్కలలో వ్రాయించి శిస్తులు నూటికి 2.–3 రూపాయలు తగ్గించి ఇస్తారు ధనవంతులైన రైతులకు లోపాయికారిగా కౌలుకిచ్చి పంట తరుణంలో ఆ తగ్గింపు మినహాయింపు పూర్తి శిస్తు వసూలు చేస్తాడు. ఆ సొమ్ము లెక్కలలో జమ కట్టకుండా శిరస్తాదారు తాను తక్కిన రివిన్యూ వుద్యోగులూ పంచుకుంటారు.

10. శిరస్తాదారు ఇతర రివిన్యూ వుద్యోగులు ఏకమై అనేక విధాలైన లంచాలిమ్మని రైతులును పీడిస్తారు. ఈ అక్రమ వసూళతో తృప్తి పొందక కొన్ని గ్రామాలు అతి వృష్టి వల్లను మరి కొన్ని గామాలలో అనావృష్టివల్ల పంటలు పాడైన వని జమాబందీనాటికి సగము శిస్తు అయినా వసూలు కాలేదని కలెక్టరుకు చెప్పుతాడు. ప్రతి గ్రామానికి నూరు లేక రెండు వందల రూపాయలు రిమిషనిచ్చేటట్లు శిరస్తాదారు కలెక్టరు కు చెప్పి అందులో నాల్గవ వంతు గాని అంతకు తక్కువ సొమ్ముగాని రైతులకిచ్చి మిగతా సొమ్ము తమ జేబులలో వేసుకుంటారు.

11. శిరస్తాదారు గారుతో తాశీల్దారు ప్రతి రెవిన్యూ బంట్రోతు జీతం లోనుంచి ప్రతిఏటా ఒక నెల జీతం తీసుకుంటాడు ఆ అన్యాయమును గూర్చి కలెక్టరుతొ చెప్పుకుంటే తక్కిన వుద్యోగులంతా ఏకమై కలెక్టరు కన్ను కప్పుతారు. బంట్రోతుకు న్యాయం దొరకదు.

12. శిరస్తాదారు తక్కిన రివిన్యూ వుద్యోగులు ప్రతి జమీందారు దగ్గరనుంచీ అతని వకీలు ద్వారా సాలుకు ఒకటి రెండు వేల రూపాయలు వసూలు చేస్తారు. జమీందారు అలాగ సొమ్ము ఇయ్యకపోతే ఏదో చిక్కులు పెట్టి ఫకీరును చేస్తామని బెదిరిస్తారు. ప్రతి యేటా జమీందారును జూడడానికి కలెక్టరు వెళ్లినప్పుడ కూడా శిరస్తాదారు తక్కిన వుద్యోగులు అతడి దగ్గరనుంచి సొమ్ము పిండడమే కాక జిల్లాలో నుండగా తమకు తమ క్రింది వెట్టి చాకిరీ చేసే బోయలకూ బత్తా వసూలు చేస్తారు.

13. ప్రతి ఏటా చెరువులు పంటకాల్వలు మురుగు కాల్వలు మరమ్మతు చేయ్యడానికి సర్కారు వారు రెవిన్యూ వుద్యోగులకు కొంత సొమ్ము పంపుతూ వుంటారు. ఈ పనులు తనిఖీ చేయడానికి హుజూరు నుంచి శిరస్తాదారు ఇతర రెవిన్యూ వుద్యోగులు వస్తూ వుంటారు. వారా సొమ్ములో అంతాగాని కొంతగాని హరిస్తారు. మరమ్మతులు చేసేపని వారికేమీ ఇవ్వరు. అదువల్ల ఆపనివాళ్లు సరిగా మరమ్మతుచేయ్యరు అందువల్ల పల్లం నీటి వనరులు పాడై నీటిసప్లై లేక బీద రైతుల భూముల సరిగా పండవు. ఈ సన్నాసులు

అప్పుడప్పుడు దిక్కులేని గ్రామస్తులచేత తాలూకాలో తహశిల్దారు వెట్టి చాకిరీ చేయించి కొన్ని మరమ్మతులు చేయిస్తాడు.

14. తాలూకా రైతులు శిరస్తాదారు కిస్తామన్నలంచమొత్తం పూర్తిగా ఇవ్వక పోతే తాశీల్దారు తన జవానును గ్రామ నౌకరులను ప్రయోగించి వాళ్ల చేత వ్రెళ్లకు చిరతలు సందున పెట్టి నొక్కించి వారివీపులమీద బండరాళ్లనుపెట్టించి వాళ్ల గడ్డాల మీసాలలో వెంట్రుకలు పీకించి వాళ్ల చేతుల ను కాళ్లను బోడలలో పెట్టి వాళ్లను ఖైదులో నుంచి రెండు మూడ రోజుల అన్నంలేకుండా ఆపివేసి వుంచి అనేక విధాలైన దుర్భాషలాడి బాధిస్తాడు. ఒక్కక్క ప్పుడు తాశీల్దారే ఒక కర్ర తో నో చేప్పుతోనో రైతులను కొడతాడు. ఈ చిత్రహింసలు భరించలేక కొందరు నూతులలో పడి, విషంతిని చస్తారు.

15. తాశీల్దారు గాని అతని వుత్తర్వుల ప్రకారం అతని జవానులు గాని పెట్టిన చిత్రహింసలు వల్ల ఎవరైనా చస్తే గ్రామ కరణము గ్రామమునసబు తాశీల్తారు కు జడిసి ఈ చావు సంగతి పైకి రిపోర్టు చెయ్యరు. చచ్చిన వాడి బంధువు లెవరైనా కలెక్టరు దగ్గర ఫిర్యాదు చేస్తే అక్కడ వుద్యోగులందరు బ్రాహ్మణులైనందువల్ల ఫిర్యాదుకు విరుద్ధమైన సాక్ష్యం చూపిస్తారు. అసలు నేరము చాలా స్వల్పమైనదని గిట్టని వాళ్లు దానిని గోరంతలు కొండంతలు చేశారు అని కలెక్టరుకు చెప్పుతాడు.

16. ఈ జిల్లాలో ఇలాంటి అన్యాయాలు జరగ డానికి కారణము అన్ని రివిన్యూ అధికారాలు, మేజస్ట్రేటు ఆధికారాలు బాహ్మణులచేతులలో వున్నదువల్లనే జరుగుతున్నవని వారు తక్కిన కులాల ను హీనంగా జూస్తున్నారని అనేకవిధానలైన క్రూర కృత్యాలు అక్రమాలు చేస్తున్నారని అందు వ్ల ఈ రాక్షసులను తొలగించి ఇతర కులాల వారికుద్యోగాలివ్వ వలసిన దని ఆకాశ రామన్న అర్జీలో వ్రాశారు Ω©

Condition and Requirement of Madras Presidency. John Brown Norton (1854) pp 146-151

© Letter of JohnBruce Norton to Robert Lowe Esq Joint Secretary to the Board of Court of Control is published as book in Madras

పరిశిష్టము

మా నాన్నగారు రచించిన చారిత్రాత్మిక వ్యాసములు, రచనలు చిరస్మరణీయములు. వారి చేతి వ్రాత చిత్తులు, శుద్ధ ప్రతులు అనేకం, కొన్ని వేలు అంటే అతిశయోక్తి కాదు, 1947సం. దాకా విద్యుద్దీపాలు లేని మాయింట్లో రాత్రిపూట కిరోసినాయిల్ లాంతరు వారిటేబులు మీద వుండేది, న్యాయవాద వృత్తి తో పాటు చరిత్ర పరిశోధనా రచనలు కూడా ఆ గుడ్డి దీపం క్రిందనే చేశేవారు. వృత్తినుండి విరమించిన తరువాత కూడా జీవితాంతం గంటల తరబడి వ్రాతకోతలతో గడిపేవారు. 90 వ పడిలో పడేదాకా కాటరాక్టు చేయించుకోనందున కనబడకపోయినా నిర్వ్యవదిగా వ్రాస్తు వుండి జీవితం చివరవరకూ సాహిత్య, చరిత్ర పరిశోధన కోసం అంకితము చేసినట్టి వారి చేతి వ్రాత వారి స్మృతిచిహ్నము. నిరంతరము ధారా ప్రవాహముగా పారిన వారి వ్రాత చూపుటకు ఒకటి రెండు పుటలు ఈ క్రింద జతచేయటమైనది.

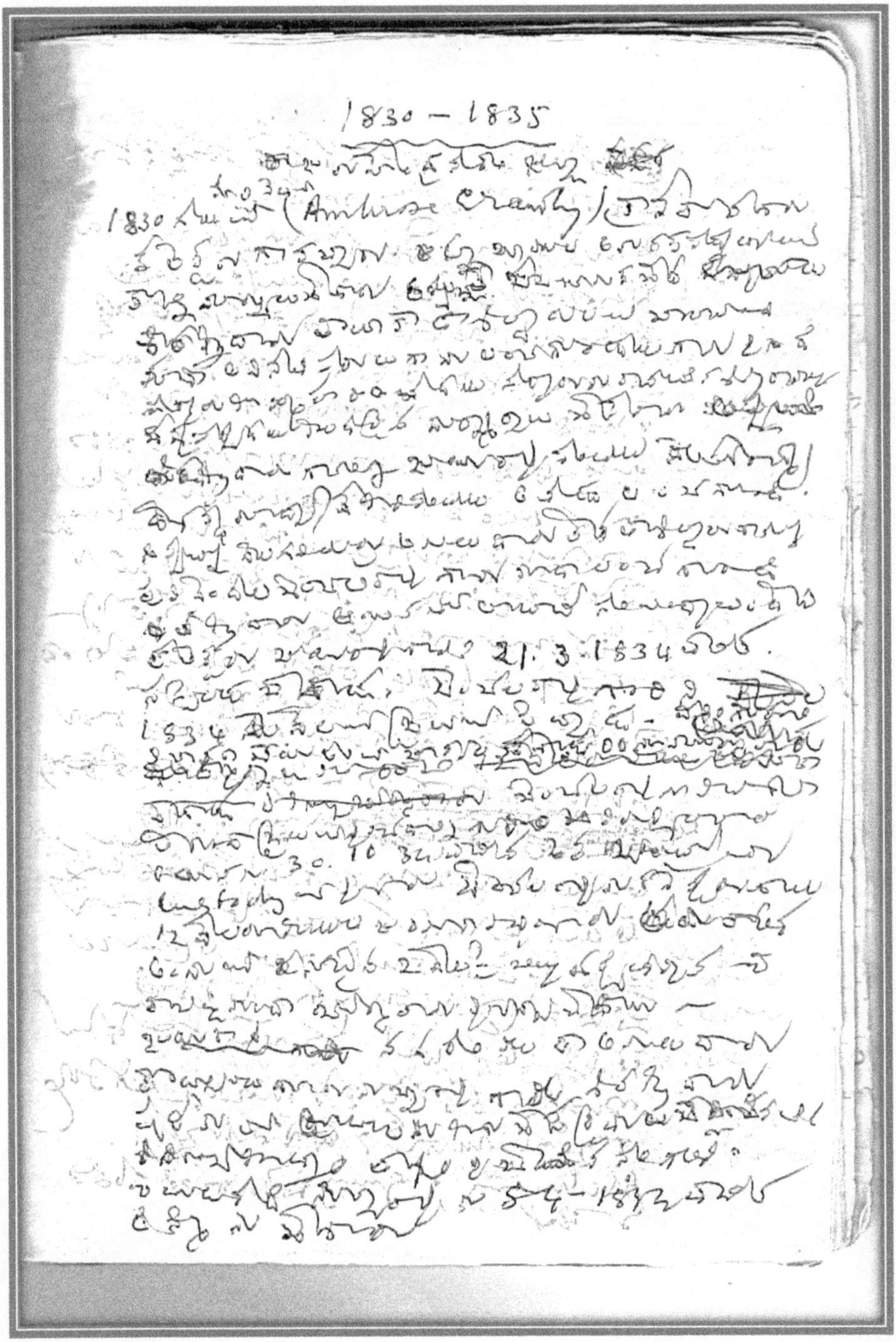

1830 – 1835

[illegible]

1830 [illegible] (Ambrose Crawly) [illegible]

[illegible] 21. 3. 1834 [illegible]

1834 [illegible]

[illegible] 30. 10 34 [illegible]

12 [illegible]

[illegible] 1832 [illegible]

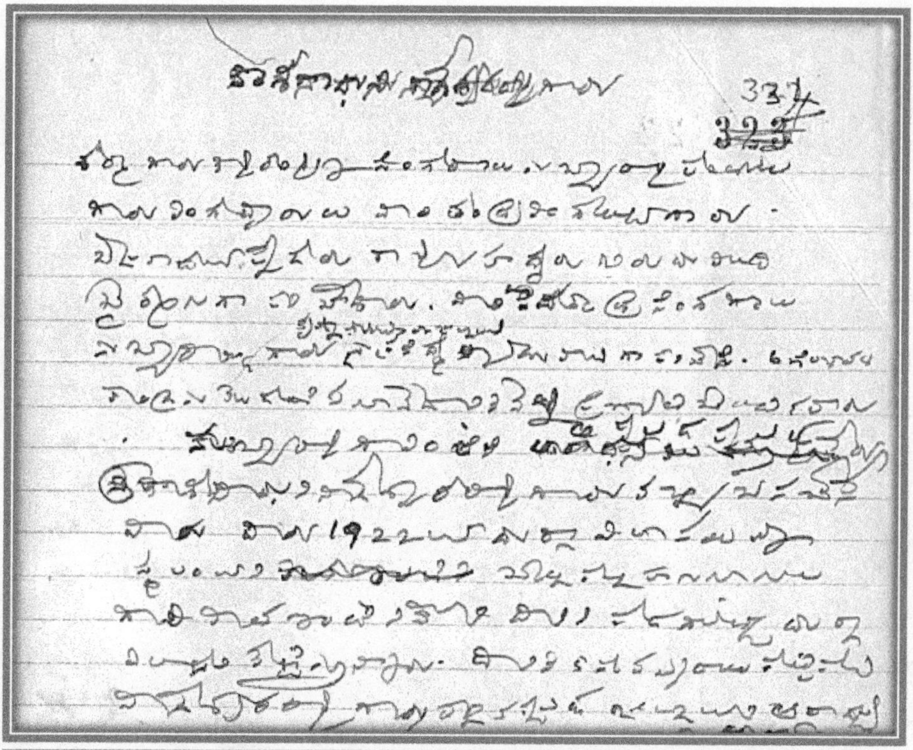

337

[illegible]

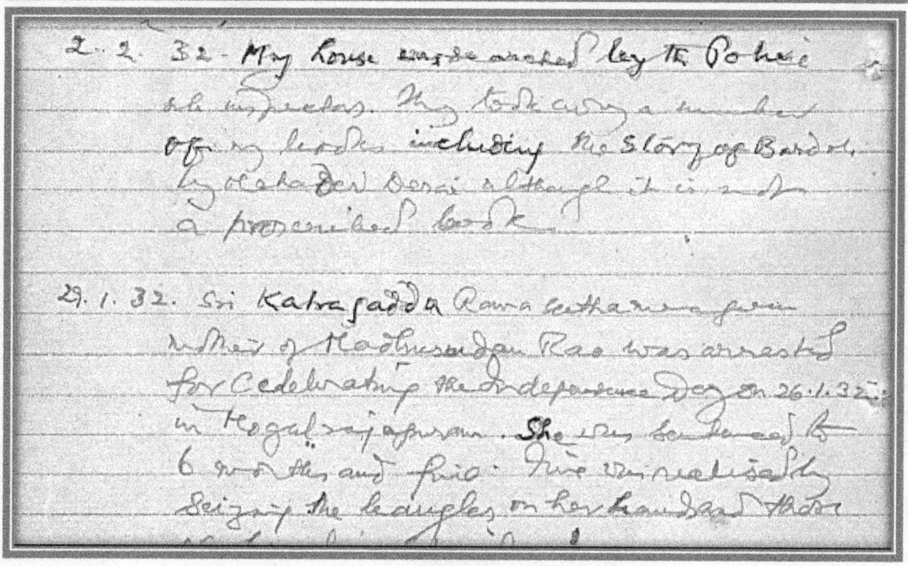

2.2.32 My house was searched by the Police sub inspector. They took away a number of my books including the Story of Bardoli by Mahadev Desai although it is not a proscribed book.

29.1.32. Sri Katragadda Rama Seethamma garu mother of Madhusudan Rao was arrested for celebrating the Independence Day on 26.1.32 in Hogalrajapuram. She was sentenced to 6 months and fine. Fine was realised by seizing the bangles on her hands and those

పారిభాషిక పదాలు – అర్థాలు (GLOSSARY OF TERMS)

అంగరఖా ; పొడుగుచేతుల చొక్కా

అబ్కారి; కల్లు,సారాయిల మీద వేసే పన్ను

అమల్దారు; తాశీల్దారు

ఇజారాలు; agreements ఒప్పందం, కౌలు, గుత్త. వేలంలో కొన్న భూములు మొ॥ ఒక హక్కుకోసం పాడేపాట.

ఇనాము; gift,బహుమానము

ఉమ్మేదువార్; volunteer, waiting for job

కక్కూసు; (ఫ్రెంచి భాష) పాయిఖానా (latrine)

కస్ప గ్రామమములు; big villages,పెద్ద ఊరు, చిన్న పట్టణము

కుసిని కొట్టు; (ఫ్రెంచి భాష)వంట గదిkitchen

ఖరారు నామా; confirmation documentధృవ ప్రత్రము

టైనాతీ; (ఉర్దూ భాష) control. నియంత్రణ

దఖలు పరచుట, దఖలైన, ధఖలు పడిన; ప్రవేశము, సంక్రమింపు, సంక్రమించిన

దఫ్తార్ ఖానా; Stationery room, record room

దస్తు ఫాజులు; malvarisationc; మోసపు కృత్యములు, అక్రమ వ్యవహారములు

దస్తు; పోగుచేసిన సొమ్ము amount of tax collection

దస్తునలీగా

దస్త్రాలు; records

దుంబాల; tail end

దుంబాలా మాన్యము; tail end field పన్నులేకుండా ఈనాముగా ఇచ్చిన భూమి. చాలమందికి కలిపి పూర్తిపన్ను లేకుండా ఇచ్చిన ఇనాం

నజరుడలాయరు; watch and ward

సన్నదు; Orders, Warrants, title deed లిఖితఆజ్ఞ; పట్టా; An order (conferring land or office)

నివాడ సన్నదు; పంట దిగుబడి అంచనా లిఖిత ఆజ్ఞ(?)

నీరాసలీ; నేరుగా

నిరాసలీ అర్జీలు. నేరుగా ఇచ్చుకున్న అర్జీలు

పుట్టెడు భూమి;

పుల్లరి పన్నులు; పశువులను మేపుకున్నందుకు చెల్లించవలసిన పన్ను

పేష్కారు; తాశిల్దారు క్రింది ఉద్యోగి

పైగస్తి; overseer

బావుట; జెండా

బేరీజు; ధర

బేవారసీ ఆస్తి; property without successor వారసులు లేని ఆస్తి

మక్త కట్టుబడి; పంట పండినా, పండకపోయినా నిర్ణయించుకొన్న పంటలో పాలు తప్పనిసరిగా ఇచ్చేట్టు ఒప్పందం కుదుర్చుకొని చేసే కౌలు లేక మక్తా

మక్త; గుత్తకు తీసుకున్న, కౌలు, .

మదద్గారు; helper, assisstant

మహతాదు; గ్రామాధికారి, మునసబు క్రింది ఉద్యోగి

మహల్లు; mansions పెద్ద భవంతులు

మాన్యము; gifted land without paying tax . పన్ను కట్టక్కలేని ఇనాము భూమి

ముజారాలు; allowance, remission, deduction, compensation

మొతర్ఫా పన్ను; professional tax

లాఖిరాజు ఇనాము; సేనలకు సంభందించిన ఇనాము భూములు

వాజమల్ మిరాసి; inherited right to collect revenue from assigned villages. పన్నులు వసూలు చేసుకొను వారసత్వపు హక్కుతో ఇవ్వబడిన గ్రామములు, భూములు.

షరీక్తై, షరీకుతో; collaborate, connive, joined hands in plotting. అక్రమ కార్యములకు చేతులు కలుపుట

సబురు; trips on small ship/పడవ మీద ప్రయాణము

సాయరు; export tax, transit duty ఎగుమతి వ్యాపారములపై పన్ను

సాల్టరైటరీ. 19వ శతాబ్దపు రివిన్యూ శాఖలోని ఒక విబాగము సాల్టు విభాగములో గుమాస్తా

KASTURI VIJAYAM
WHATS APP +91- 95150 54998
KASTURIVIJAYAM@GMAIL.COM
SUPPORTS
• PUBLISH YOUR BOOK AS YOUR OWN PUBLISHER.
• CREATIVE COVER PAGE AND TEXT FOR RIGHT NEXT TO YOUR BOOK LAYOUT.
• SELF-PUBLISHING PAPERBACK & E-BOOK WITH KASTURI VIJAYAM.
• SUPPORT PRINT ON DEMAND.
• YOUR PRINTED BOOKS ARE AVAILABLE FOR SALE AROUND THE WORLD.
• EASY TO MANAGE YOUR BOOK'S LOGISTICS AND TRACK YOUR REPORTING.
VICTORY OF KASTURI

www.ingramcontent.com/pod-product-compliance
Lightning Source LLC
LaVergne TN
LVHW090055230825
819400LV00032B/743